വഴിതെറ്റിയവരുടെ വിശേഷങ്ങൾ

Vazhithettiyavarude Visheshangal
Novel

Kannoth Krishnan

CHINTHA PUBLISHERS
Thiruvananthapuram

First Edition
December 2021

Published & Typesetting
Chintha Publishers, Thiruvananthapuram

Cover Design
Subin Abraham

ISBN : 978-93-93468-70-3

CO - 3059 / 5728

₹ 130

Email: chinthapublishers@gmail.com
Website: www.chinthapublishers.com

A vertion is available at National Libraries
Kolkata, Mumbai, Chennai and Delhi

Distribution
DESHABHIMANI BOOKHOUSE
H O Thiruvananthapuram 695035

Branch
Head Office Kunnukuzhi • Statue Thiruvananthapuram
KSRTC Bus Terminal Thampanoor • Saphalyam Complex Thiruvananthapuram
KSRTC Bus Station Alappuzha • KSRTC Bus Station Ernakulam
Machingal Lane Thrissur • IG Road Kozhikode
Mavoor Road Kozhikode • NGO Union Building Kannur
Central Bus Terminal Complex Thavakkara Kannur

വഴിതെറ്റിയവരുടെ വിശേഷങ്ങൾ

നോവൽ

കണ്ണോത്ത് കൃഷ്ണൻ

ചിന്ത പബ്ലിഷേഴ്സ്
തിരുവനന്തപുരം-695 035
വില : ₹ 130

കണ്ണോത്ത് കൃഷ്ണൻ

വടകര സ്വദേശി. കടത്തനാട്ട് രാജാസ് ഹൈസ്കൂൾ, മട പ്പള്ളി കോളേജ്. കോഴിക്കോട് ഗവ. പോളിടെക്നിക് എന്നി വിടങ്ങളിൽ വിദ്യാഭ്യാസം.

തുടർന്ന് ആലുവ കോമിൻകോബിനാനി സിങ്കിൽ നാലു വർഷം, പിന്നീട് മൂന്നര പതിറ്റാണ്ടോളം ഐ എസ് ആർ ഒയിൽ എഞ്ചിനീയർ.

റോക്കറ്റ് പ്രൊപ്പലന്റ് പ്രോസസിങ് വിഭാഗം മാനേജർ, പി എസ് എൽ വി- ജി എസ് എൽ വി റോക്കറ്റുകളുടെ എസ് പി എം പ്രോജക്ട് മാനേജർ എന്നീ നിലകളിൽ വിരമിച്ചു.

മാതൃഭൂമി ആഴ്ചപ്പതിപ്പ്, കലാകൗമുദി, ദേശാഭിമാനി വാരിക തുടങ്ങിയ പ്രമുഖ ആനുകാലികങ്ങളിൽ അൻപതിലേറെ കഥകൾ.

കൃതികൾ: *പരിക്രിയ, നാട്ടുവഴികൾ, വിദുരനിയോഗം, ആദരപൂർവ്വം രാജലക്ഷ്മി* (നോവൽ), *ശ്രീഹരിക്കോട്ടയി ലേക്ക് വീണ്ടും* (യാത്ര), *താഴ്വര* (നാടകം).

പരിക്രിയ എന്ന ആദ്യനോവലിന് കുങ്കുമം അവാർഡ്.

ഇപ്പോൾ വടകരയ്ക്കടുത്ത് എടച്ചേരിയിൽ സ്ഥിരതാമസം.

ഭാര്യ : വത്സല
മക്കൾ : നിതിൻ, ഹരിശ്രീ.
വിലാസം : കണ്ണോത്ത് കൃഷ്ണൻ
എടച്ചേരി, വടകര 673502
ഫോൺ : 9447173137

ഉള്ളടക്കം

പ്രസാധകക്കുറിപ്പ്

കാലദേശങ്ങൾക്കപ്പുറവും വിശാലമായ മാനുഷിക പരിതോവസ്ഥകളോടും തൊട്ടുനില്ക്കുന്ന കഥാപരിസരമാണ് *വഴി തെറ്റിയവരുടെ വിശേഷങ്ങൾ.* മൊട്ടാലിലെ വിജനമായ ചെങ്കൽമുനകളിൽ ശവശരീരങ്ങൾ അഗ്നിജ്ജ്വാലകളായി, കറുത്ത പുകച്ചുരുളുകളിലമർന്ന് ആകാശത്തിലേക്ക് ഉയർന്നതും മഹാരോഗത്തിന്റെ വിത്തുകൾ കടുകുമണികളായി വറവുചട്ടികളിൽ ചിതറിയടങ്ങുന്നതും നോക്കിനിന്ന മനുഷ്യർക്കിടയിലൂടെ തന്നെ മറന്ന്, മഹാരോഗങ്ങളുടെ വിളയാട്ടു ഭൂമിയിലേക്കു കുതിച്ച മനുഷ്യരുടെ കഥയാണിത്. മാരികൾ മാറിവന്ന് സാമ്പത്തികവും സാമൂഹ്യവും രാഷ്ട്രീയമാനം കൈവരിക്കുമ്പോഴും ഇതിന് തുടർച്ചയുണ്ടാവുന്നു. ഈ നൈരന്തര്യത്തിന്റെ നൈരന്തര്യവും ഇടർച്ചയും ആവിഷ്കൃതമാകുന്ന കൃതി.

ചിന്ത പബ്ലിഷേഴ്സ്

സമർപ്പണം

നന്മനിറഞ്ഞ നാടിന്റെ സൃഷ്ടിക്കുവേണ്ടി അഗ്നിവിഴുങ്ങി വിശപ്പടക്കി കനൽവഴികളിൽ സഞ്ചരിച്ച് വീരമൃത്യു വരിച്ച എല്ലാ "കമ്യൂണിസ്റ്റുകാർക്കും."

ഭാഗം ഒന്ന്
ഇസ്മായിലിന്റെ പിറവി

പണ്ട്.....

തോട്ടുംകരയിലെ സ്രാമ്പി പുതുക്കിപ്പണിത് മൈക്ക് പിടിപ്പിക്കുന്നതിനുമുമ്പ്,

മൂരാട് നിന്ന് കുറ്റ്യാടിയിലേക്ക് ബോട്ട്സർവ്വീസ് തുടങ്ങുന്നതിനും മുമ്പ്,

ഒരു വരണ്ട വേനൽക്കാലത്ത് കരിഞ്ഞുകിടന്ന കാക്കപ്പുല്ലും തൊട്ടാവാടിയും വിസർജ്ജ്യംകൊണ്ട് താളിച്ച് പൊന്നാറത്ത്പറമ്പിലെ കാഞ്ഞിരമരച്ചോട്ടിൽ മദ്ധ്യവയസ്കനായ ഒരവധൂതൻ മരിച്ചുകിടന്നു.

മരിച്ചുകിടക്കുന്നയാൾ എവിടന്നു വന്നുവെന്നോ എങ്ങനെ ഇവിടെയെത്തിയെന്നോ തോട്ടുംകരക്കാർക്ക് ഒരു വിവരവുമില്ലായിരുന്നു. തൊഴുത്തിൽ കന്നുകാലികളുടെ അനക്കമോ ഇരുട്ടിൽ പട്ടികളുടെ ബഹളമോ ഒന്നുമുണ്ടായില്ല.

അവധൂതൻ മരിച്ചുകിടക്കുന്ന വിവരം പുഞ്ചച്ചാലും ചിറവയ്ക്കും മൂന്നടിപ്പാലവും പാലമരച്ചോടും കടന്ന് തോട്ടുംകരയിലെ കുടിലുകളിലും കൂരകളിലും മലവെള്ളംപോലെ പരന്നൊഴുകി. അജ്ഞാതന്റെ ജഡം കാണാൻ ഇടവഴികളും വയലുകളും താണ്ടി ദേശം മുഴുവൻ പൊന്നാറത്ത് പറമ്പിലേക്ക് പ്രവഹിച്ചു. അവരോടൊപ്പം അവധൂതന്റെ കാഷായവസ്ത്രത്തിലും നീണ്ടുനരച്ച താടിരോമങ്ങളിലും ഛർദ്ദിയുടെയും മലത്തിന്റെയും അവശിഷ്ടങ്ങൾ തേടി മണിയനീച്ചകളും ചെറുപ്രാണികളും പറന്നുവന്നു. അയാളുടെ മൂത്രത്തിൽ കുതിർന്ന മഞ്ഞച്ച വിസർജ്ജ്യങ്ങളിൽനിന്ന് മഹാരോഗത്തിന്റെ വിത്തുകൾ പെറുക്കിയെടുത്ത് തോട്ടുംകരയിലെ കാറ്റ് നടന്നു. കാറ്റിൽ പുളിവാടയിഴഞ്ഞു. തോട്ടുംകരയിലെ പ്രഭാതം എന്തൊക്കെയോ ദുസ്സൂചനകളുമായി പൊന്നാറത്തെ കാഞ്ഞിരമരത്തിനെ വലംവച്ചു.

അങ്ങനെ നാട്ടിൽ കോളറയുണ്ടായി.

അത് കുടിലുകളിൽ അഗ്നിവർഷമായി,

ജലത്തിൽ വിഷമായി,

തുറന്നിട്ട മൃത്യുകവാടങ്ങളിൽ ഫണം വിടർത്തിയാടുന്ന രാക്ഷസസർപ്പമായി,

ശാപവചസ്സുകളായി,

ഭീതിയായി, അനിശ്ചിതത്വമായി...

അങ്ങനെ തോട്ടുംകരയെന്ന നിശ്ചലജലാശയത്തിൽ അലകളും ചുഴികളും അടങ്ങാതെ കിടന്നു.

അവർ ചോദിച്ചു: "ഈ അവധൂതന് ചെന്നുചാവാൻ ഇവിടമല്ലാതെ മറ്റൊരിടവുമില്ലായിരുന്നോ?"

അന്ന് ദാമോദരൻ മാഷ് ചെറിയ കുട്ടിയായിരുന്നു. മാഷിന്റെ മൂത്തത് ജയനാരായണൻ, അവന് എട്ടു വയസ്സ്. മാഷിനും ജയനാരായണനുമിടയ്ക്ക് ഒരു പെണ്ണുള്ളത് ഗ്രഹണിപിടിച്ച് വയറുവീർത്ത് പനിച്ചും ചൊറിമാന്തിക്കരഞ്ഞുമങ്ങനെ...

മൊട്ടാലിലെ വിജനമായ ചെങ്കൽമുനകളിൽ ശവശരീരങ്ങൾ അഗ്നിജ്ജ്വാലകളായി കറുത്ത പുകച്ചുരുളുകളിലമർന്ന് ആകാശത്തിലേക്ക് ഉയരുന്നതും മഹാരോഗത്തിന്റെ വിത്തുകൾ കടുകുമണികളായി വറവു ചട്ടികളിൽ ചിതറിയടങ്ങുന്നതും അവശേഷിച്ചവർ നോക്കിനിന്നു. അവരുടെ ഉദ്വേഗങ്ങളിൽ തോട്ടുംകരയിലെ കമ്യൂണിസ്റ്റുകാർ രക്ഷകരായി. അവരെ നയിച്ചത് കാദറിക്കയായിരുന്നു. അവർ ശവശരീരങ്ങൾ കീറപ്പായകളിലും പച്ചത്തെങ്ങോലകളിലും പൊതിഞ്ഞുകെട്ടിയെടുത്ത് മൊട്ടാലിലേക്ക് നടന്നു. അവർക്കൊപ്പം തോട്ടുംകരയിലെ ചെറുപ്പക്കാർ വിറകും മണ്ണെണ്ണയുമായിറങ്ങി. അവർ പോയ വഴികളിൽ ഉച്ചച്ചൂടിനെ വെല്ലുന്ന നിശ്വാസങ്ങളോടൊപ്പം മണ്ണെണ്ണമണവും പരന്നൊഴുകി. അവർ കമ്യൂണിസ്റ്റുകാരെ സ്നേഹിച്ചു. അങ്ങനെ തോട്ടുംകരക്കാരിൽ അധികവും കമ്യൂണിസ്റ്റുകാരായി. അവർ കാദറിക്കയോടൊപ്പം ചേർന്നു വിളിച്ചു: "ഇങ്ക്വിലാബ് സിന്ദാബാദ്.."

കാദറിക്കയുടെ ഒരേയൊരു മകൾ കുഞ്ഞിപ്പാത്തുവിന് ബുദ്ധിക്ക് തെളിച്ചം കുറവായിരുന്നു. അവൾക്ക് ചെറുവിരലിന് കീഴെ മൊട്ടുപോലൊരു ആറാംവിരൽകൂടി ഉണ്ടായിരുന്നു. അവൾ പ്രഭാതത്തിലുണർന്ന് മുറ്റക്കൊള്ളിനോട് ചേർന്ന മുരിക്കിൻമൂട്ടിൽച്ചെന്ന് പൂക്കൾ പെറുക്കിയെടുത്ത് മാലകെട്ടി. നിരതെറ്റിയ പല്ലുകളിൽ ഉമിക്കരിവച്ച് തേച്ച് കാദറിക്കയെ കിളിക്കുഞ്ഞിന്റെ പാട്ട് കേൾപ്പിച്ചു ചിരിച്ചു. അവളുടെ ചിരിയിൽ കാദറിക്ക നിലാവെളിച്ചം കണ്ടു.

അവളുടെ കൊഞ്ചലിൽ അയാൾ പുഞ്ചപ്പാലിലെ കിളിക്കുഞ്ഞുങ്ങളുടെ സംഗീതംകേട്ടു.

അയാൾ കദീശുമ്മയോട് പറഞ്ഞു:

"എടീ, മ്മളെ മോളെ തോട്ടുംകരയിലെ ഏറ്റവും ശൊങ്കുള്ള ചെറു

ക്കനെക്കൊണ്ട് കെട്ടിപ്പിക്കണം. അപ്പളേക്കും ഏകേജീന്റെ സൂക്കേട് മാറ്വെങ്കില് ഓറെ കൈകൊണ്ട് ഓലിക്ക് ബൊക്കെയും മാലയും കൊടുപ്പിക്കണം."

അന്ന് എ കെ ജി തിരുവനന്തപുരം മെഡിക്കൽ കോളേജാസ്പത്രിയിൽ കടുത്ത ശാരീരിക അവശതകളുമായി കഴിയുന്ന കാലമായിരുന്നു.

അതുകേട്ട് കദീശുമ്മ കോന്തലവലിച്ച് കണ്ണുതുടച്ചു.

"കണ്ണൊന്നും തൊടയ്ക്കണ്ടാ, കദീശാ. ഓറക്കൊന്നും അങ്ങനെ ബെറ്തെ കെടന്ന് മരിക്കാങ്കയ്യിയൂല്ലാ."

മുരിക്കിൻകൊമ്പിലെ കാവുതിക്കാക്ക ചിറകുകുടഞ്ഞ് കരഞ്ഞു, പിന്നെ ചില്ലവിട്ട് പറന്നു. അതിന്റെ ഇളക്കത്തിൽ ചോരയുടെ നിറമുള്ള പൂക്കൾ ചിതറിവീണു. അതുകണ്ട് നാടിനൊപ്പം കദീശുമ്മയും കരഞ്ഞു..

തോട്ടുംകരയിൽ പിന്നെയും വെയിലുദിച്ചുയരുകയും നിലാവ് ചിരിതൂകി മയങ്ങുകയും ചെയ്തു.

കാദറിക്ക ദരിദ്രനായിരുന്നു. അയാൾക്ക് ഉടുമുണ്ടിന് പകരം നല്ലൊരു മറുമുണ്ട് പോലുമില്ലായിരുന്നു. അയാൾക്കതിൽ അശേഷം അഭിമാനക്കുറവുമില്ലായിരുന്നു.

അയാൾ ഉത്തമനായൊരു കമ്യൂണിസ്റ്റായിരുന്നു. തോട്ടുംകരക്കാർക്ക് പ്രിയപ്പെട്ട സഖാവും സർവ്വസമ്മതനുമായിരുന്നു. എന്നിട്ടും അയാളെ ആരൊക്കെയോ ചേർന്ന് തട്ടിക്കൊണ്ടുപോയി. കാണാതായതിന്റെ തലേരാത്രിയിൽ തോട്ടുവക്കിലെ നടവഴിയിലേക്ക് അയാൾ തിരിയുന്നത് കണ്ടവരുണ്ട്.

അതുകഴിഞ്ഞ് കാദറിക്കയ്ക്കെന്ത് പറ്റിയെന്ന് ആർക്കും ഒരു വിവരവുമില്ലായിരുന്നു.

പിന്നീട്, തോട്ടുംകരയിലെ പുരാതനമായ മൂന്നടിപ്പാലത്തിനരികെ ആൾപ്പെരുമാറ്റമില്ലാത്ത പഴയ പാലമരച്ചോട്ടിൽ യക്ഷികൾ ഇറങ്ങിനടക്കുന്ന നേരത്ത് പച്ചോലത്തുച്ചത്തിൽ പൊതിഞ്ഞുകെട്ടിയ വീർത്തു ചീർത്തൊരു ശവവും ചുമന്ന് ആരൊക്കെയോ മൊട്ടാലിലേക്ക് കയറിവന്നുവത്രേ.

ശവംകണ്ട് മൊട്ടാലിലെ പ്രേതാത്മാക്കൾ കല്ലുവെട്ടുകുഴികളിൽ അഭയംതേടി. പടർന്നുവളർന്ന കശുമാവിൻചോട്ടിൽ സ്വൈരവിശ്രമം തേടിയ ചാവാലിപ്പട്ടികൾ എഴുന്നേറ്റ് പരക്കംപാഞ്ഞു. അവയുടെ മോങ്ങലിൽ നടുക്കംപൂണ്ട് തോട്ടുംകരയിലെ കൂരകളിൽ വിളക്കുതെളിഞ്ഞു. അർദ്ധരാത്രിയിൽ മൊട്ടാലിന്റെ ആകാശങ്ങളിൽ അഗ്നിജ്ജ്വാലകളുയരുന്നത് കണ്ട് മാലോകർ ചൂട്ടുകറ്റകൾ കത്തിച്ച് പുറത്തിറങ്ങി. അവർ വിജനമായ മൊട്ടക്കുന്നിലെ കരിങ്കൽമുനകളെ ലക്ഷ്യംവച്ചു നടന്നു. അപ്പോൾ ആകാശത്ത് മിന്നലുകളുണ്ടാവുകയും ഇടിവെട്ടി മഴപെയ്യുകയും ചെയ്തു. മഴയിൽ ചൂട്ടുകറ്റകൾ അണഞ്ഞു, അഗ്നിജ്ജ്വാലകൾ കെട്ടണഞ്ഞു...

പിറ്റേന്ന് പ്രഭാതത്തിൽ പാതികരിഞ്ഞ ശവത്തിന്റെ അടരുകൾ പറി

ച്ചെടുത്ത് കുറുക്കന്മാർ മൊട്ടാലിന്റെ നനഞ്ഞ പ്രതലങ്ങളിറങ്ങി. അവ കുണ്ടനിടവഴികളിലൂടെ പുഞ്ചച്ചാലിന്റെ കരയിലെ കാട്ടുപൊന്തകളിൽ ശവത്തുണ്ടുകളുമായി പതുങ്ങിയിരുന്നു. അവയുടെ ഒളിത്താവളങ്ങളിൽനിന്ന് പാതിവെന്ത ശവത്തിന്റെ കെട്ട മണം തോട്ടുംകരയിലെ കാറ്റിലൂടെ പരന്നൊഴുകി. അത് കാദറിക്കയുടെ കുടിലിനേയും വലംവച്ചു നീങ്ങി. ഒന്നുമൊന്നുമറിയാതെ കദീശുമ്മ മാത്രം ബോധംകെട്ടും വീണ്ടും തെളിഞ്ഞും കുടിലിനകത്ത് കിടന്നു. കുഞ്ഞിപ്പാത്തു ഇടിവെട്ടിയ തെങ്ങിൻ പൊത്തിലെ പനംതത്തയേയും തത്തക്കുഞ്ഞിനേയും തേടി തൊടിയിലൂടെ നടന്നു. പിന്നെയുമേറെനാൾ കദീശുമ്മയുടെ കുടിലിൽ നരിച്ചീറുകൾ ചുരമാന്തിക്കരഞ്ഞു. അവയോടൊപ്പം കുഞ്ഞിപ്പാത്തുവും കാറിക്കരഞ്ഞു.

അങ്ങിനെ കരഞ്ഞുകരഞ്ഞ് കുഞ്ഞിപ്പാത്തു വളർന്നു...

അവൾ കദീശുമ്മ പശുവിനെ കറക്കുന്നനേരത്ത് കോലായിലിരുന്ന് കൊത്തങ്കല്ല് കളിച്ചു. അവൾ വയലറ്റുകരയിൽ കോണിപ്പുകളുള്ള മുണ്ടുടുത്ത് പുഞ്ചച്ചാലിന്റെ കരയിലും തോട്ടുവക്കിലും നടന്ന് പശുവിന് പുല്ലു പറിച്ചു. പതിനാറാം വയസ്സിൽ അവളുടെ ഉടുതുണിയിൽ മുരിക്കിൻപൂക്കൾ പറ്റിക്കിടക്കുന്നത് കണ്ട് കദീശുമ്മയുടെ കരള് പിടഞ്ഞു.

അവർ കിണറ്റിൻകരയിൽ മറകെട്ടി മോളെ കുളിപ്പിച്ചു. കുളിപ്പിക്കുമ്പോൾ കുഞ്ഞിപ്പാത്തു നാണംപിടിച്ച് ചിരിച്ചു. തൊടിയിലിറങ്ങി മയിലാഞ്ചി പറിച്ചരച്ച് കദീശുമ്മ അവളുടെ കൈത്തലവും വിരലുകളും ചുവപ്പിച്ചു. തോട്ടുംകരയിലെ ചന്തമ്മന്റെ ചായപ്പീടികയിൽ പാലുവിറ്റ് മിച്ചം പിടിച്ച പണംകൊണ്ട് മോൾക്ക് കാതിലിടാൻ അവർ പൊന്നലിക്കത്ത് വാങ്ങിക്കൊടുത്തു. കാലിൽ കിലുങ്ങുന്ന വെള്ളിക്കൊലുസ്, മുടിയിൽ മുടിപ്പിന്ന്.

അലിക്കത്തും കൊലുസും മുടിപ്പിന്നും ചൂടി കുഞ്ഞിപ്പാത്തു പുല്ലു പറിക്കാനിറങ്ങി.

കുഞ്ഞിപ്പാത്തുവിന്റെ കുളൂസ് കണ്ട് പുഞ്ചച്ചാലിലെ കുട്ടികൾ കളിയാക്കിപ്പറഞ്ഞു: "കുഞ്ഞിപ്പാത്തൂ, ഇന്നെ കെട്ട്വാനായിറ്റ് മുക്കത്തെ മൊതലാളീന്റെ മോൻ കുതിരപ്പൊറത്ത് വെര്ന്ന്ണ്ട്.."

അവളത് കേട്ട് നാണംകുണുങ്ങി. പിന്നെ വയലറ്റുകരയുള്ള മുണ്ട് മുട്ടോളമുയർത്തി തോട്ടിൻകരയിലൂടെ വീട്ടിലേക്കോടി. ഓടുമ്പോൾ അവളുടെ വഴികളിൽ ചിരി പൊട്ടിച്ചിതറി.

പിറ്റേന്ന് വയലിൽ വെയിലുതാണ നേരത്ത് കുട്ടികൾ കുഞ്ഞിപ്പാത്തുവിനെ കണ്ട് പറഞ്ഞു–

"കുഞ്ഞിപ്പാത്തൂ, ഇന്നെ ഞാള്[1] വെറ്തെ കളിയാക്ക്യതാ, കേട്ടോ.
മുക്കത്തെ മൊതലാളീന്റെ മോൻന്നൊക്കെ വെറ്തെ പറഞ്ഞതാ..
ആരും കുതിരപ്പുറത്തൊന്നും വെരുന്നില്ല, കേട്ടോ."

1. നിന്നെ ഞങ്ങള്

പൊടുന്നനെ കുഞ്ഞിപ്പാത്തു കരഞ്ഞു, എന്നിട്ടും അവൾ ഉറക്കത്തിൽ മുതലാളിച്ചെറുക്കനെ സ്വപ്നം കണ്ടു. സ്വപ്നത്തിൽ അവൾ വിരലുകളാറും മയിലാഞ്ചിവച്ച് പിന്നെയും ചുവപ്പിച്ചു. കുപ്പിവളകളും തട്ടവുമണിഞ്ഞു. ഒപ്പനപ്പാട്ടിന്റെ താളപ്പെരുമയിൽ അവൾ മുതലാളിച്ചെറുക്കനെ കെട്ടിപ്പിടിച്ചുറങ്ങി...

പിറ്റേന്ന് പ്രഭാതത്തിൽ എളങ്ങോളിത്താഴെ പുല്ലുപറിക്കാൻ ചെന്ന കുഞ്ഞിപ്പാത്തുവിനെ കാട്ടുവള്ളികൾ മൂടിയ കുണ്ടനിടവഴിയിൽ ആരോ വിളിച്ചിറക്കി. അവളിൽ അത്തറിന്റെ മണംപരന്നു. കുപ്പിവളക്കിലുക്കത്തിൽ ഒപ്പനച്ചുവടുകളുണർന്നു. ചുണ്ടുകളിലൂടെ, മാറിടത്തിലൂടെ, അരക്കെട്ടിലൂടെ പുതുമണവാളന്റെ കുതിരക്കുളമ്പടികൾ ഇരച്ചുകയറി.

ഇടവഴിയിൽ അവളുടെ ശരീരം വിയർത്തൊഴുകി...

അങ്ങനെ ഇസ്മായിലുണ്ടായി.

വാലുള്ള വട്ടക്കണ്ണാടി

പുഞ്ചച്ചാലിന്റെ കരയിലൂടെ കറുത്ത കൈസഞ്ചിയുംതൂക്കി ഒസ്സാനവുള്ള നടന്നു. അവുള്ളയുടെ ബാപ്പ ഒസ്സാനമ്മത് പേപ്പട്ടിയുടെ കടിയേറ്റ് ചികിത്സയിൽ കഴിയുന്ന കാലത്തൊരുനാൾ മഗ്‌രീബ് നിസ്കരിച്ചെഴുന്നേറ്റ് വലിയബഡാപ്പൊറത്തിരുന്ന് വിളിച്ചേല്പിച്ചുകൊടുത്തതാണ് ഈ കറുത്ത കൈസഞ്ചി.

"മനിശന്റെ[1] തലേല് പടച്ചോൻ മുടി ക്ള്പ്പിക്കുന്ന[2] കാലമ്പെരെ ഒസ്സാന് ജീവിക്കാനൊരു ബെശമോം, ണ്ടാവൂല്ലെടാ.

"ഒസ്സാന് പട്ടിണിയില്ലാണ്ട് കയിഞ്ഞുകൂടാൻ മേണ്ടതെല്ലം ഈല്ല്ണ്ട്[3] അണച്ചും തൊടച്ചും പടച്ചോന ബിജാരിച്ചും കൊണ്ട്നടന്നാ മയി-"

അന്ന് ബാപ്പ മകന്റെ കൈകൾ ചേർത്തുപിടിച്ചു പറഞ്ഞതാണ്.

നനവാറാത്ത വരമ്പുകളിൽ അതിരാണി വളർന്നുകയറിയ വിശാലമായ വയലിനെ വകഞ്ഞ് നെടുനീളത്തിൽ കിടക്കുന്ന നടവരമ്പ് അവസാനിക്കുന്നയിടത്താണ് അവുള്ളയുടെ ക്ഷൗരക്കട.

കടയ്ക്കകത്ത് ഒരു ചെറിയ ബെഞ്ചും കുപ്പിപൊട്ടിയ വിളക്കും ഒരു കുറ്റിച്ചൂലും മാത്രമേ ഉണ്ടായിരുന്നുള്ളു. അത് അവുള്ളയായിട്ട് ഉണ്ടാക്കിയതാണ്. ബാക്കിയുള്ളതെല്ലാം അവുള്ളയ്ക്ക് പൈതൃകമായി ലഭിച്ചതാണ്. പിന്നെ അടച്ചിട്ട മുറിയിൽ മാന്തിക്കിടന്ന് ബാപ്പ മയ്യത്തായതിന്റെ മൂന്നാം ദിവസം ഒസ്സാനവുള്ള കൈസഞ്ചി തുറന്നു;

വാലുള്ള ഒരു വട്ടക്കണ്ണാടി,

---

1. മനുഷ്യന്റെ
2. വളരുന്ന
3. ഇതിലുണ്ട്

കൊക്ക് നീണ്ട കത്രിക, കത്തി.

പിന്നെ നനഞ്ഞിടം നീറ്റുന്ന ശെയ്ത്താന്റെ കല്ലും കത്തിയണക്കാൻ ഒരു കഷണം തേഞ്ഞ തോൽപട്ടയും.

അവുള്ള സഞ്ചി നെഞ്ഞോട് ചേർത്തുപിടിച്ചു: "അൽഹന്തുലില്ലാഹ്.."

അന്ന് അവന് പതിന്നാല്വയസ്സ്. പിറ്റേന്ന് തോട്ടുംകര സ്രാമ്പിയിൽ സുബഹിവിളിച്ച നേരത്ത് ഉമ്മ കാച്ചിക്കൊടുത്ത കട്ടനും കുടിച്ച് കറുത്ത കൈസഞ്ചിയും തൂക്കി ഇറങ്ങിയതാണ് അവുള്ള.

എത്തുന്നേടത്ത് ഒസ്സാന് ഭക്ഷണമുണ്ട്, പിന്നെ ക്ഷൗരത്തിനിരുത്താൻ പാകത്തിലൊരു നാല്ക്കാലി വേണം. കഴിഞ്ഞു, ക്ഷുരകന്റെ ആവശ്യങ്ങൾ.

അങ്ങനെ പുഞ്ചച്ചാലിന്റെ കരയിൽ പതിറ്റടി വിരിയുന്ന നേരത്തിനു മുമ്പ് അവുള്ള ക്ഷൗരം മതിയാക്കി പതിവായി തോട്ടുകരയിലെ സ്രാമ്പിയിലെത്തുന്നു. ഇബ്റായി മൊയില്യാർ അസ്സറ്വാങ്ക് വിളിച്ചിറങ്ങുമ്പോൾ കൂടെ അവുള്ളയും ഇറങ്ങുന്നു. ആ വരവ് എന്നും തോട്ടുകരയിലെ ക്ഷൗരക്കടയിൽ അവസാനിക്കുന്നു.

ഓർമ്മവച്ച കാലംമുതൽ ക്ഷൗരക്കടയ്ക്ക് നാല് നിരപ്പലകകളേ ഉണ്ടായിരുന്നുള്ളൂ. അവ മൊയില്യാരുടെ പൂതലിച്ച പല്ലുകൾപോലെ ചാഞ്ഞും ചരിഞ്ഞും ഇളകിയും വിറകൊണ്ടും കിടന്നു. അവയുടെ വക്ഷസ്സുകളിൽ നിന്ന് ഉറപ്പൊടികൾ നേർത്തുമിനുത്ത ഗോളങ്ങളായി, അനന്തമായി നിലം പതിച്ചുകൊണ്ടിരുന്നു. അവ കത്രികക്കൊക്കിൽ തറഞ്ഞുമുറിയുന്ന കുറ്റിരോമങ്ങളിൽ കുഴഞ്ഞ് മുള്ളുകളായി നിരപ്പലകച്ചാലിൽ എഴുന്നുനിന്നു. അവയിലൂടെ ജന്മപാപങ്ങളും പേറി ഒച്ചും തേരട്ടയും ഇഴഞ്ഞു.

അവുള്ള നിരപ്പലകകൾ നാലും നീക്കി വടക്കുഭാഗത്ത് അട്ടിവച്ചു. കുറ്റിച്ചൂലെടുത്ത് കടയുടെ മിന്നാരമടിച്ചു. പിന്നെ കുറ്റിരോമങ്ങളെഴുന്നുനിൽക്കുന്ന പലകപ്പഴുതിന്റെ ഗുഹ്യങ്ങളിൽ ചൂലിന്റെ മുനയിറക്കി വലിച്ചും വടിച്ചും വെടിപ്പാക്കി. കറുത്ത സഞ്ചി തുറന്ന് പുരാതനമായ ഷാളും കണ്ണാടിയും കത്രികയും പുറത്തെടുത്തു. അതിനു മുകളിൽ ശെയ്ത്താന്റെ കല്ലുവച്ചു. പിന്നെ മൂരിനിവർന്ന് പടിഞ്ഞാട്ട് നോക്കി. പതിവായി സൊറ പറയാനെത്തുന്ന വൃദ്ധഗണങ്ങൾ വരാനുള്ള നേരമാവുന്നതേയുള്ളൂ...

വയലറുതി ചുവന്നു. നടവഴി നിറം മങ്ങി. തെങ്ങിൻ തലപ്പുകൾക്കപ്പുറത്ത് സൂര്യൻ താഴ്ന്നു. അപ്പോൾ പശുവിനെ തെളിച്ചുപോകാൻ വന്ന പഴയശിപായി കേളുക്കുറുപ്പ് ക്ഷൗരക്കടയുടെ മുൻപിൽനിന്നൊരു വിവരം പറഞ്ഞു:

"മ്മളെ പൊന്നാറത്തെ ഉദയശങ്കരനില്ലേ, ഓന[1] ജയില്ന്ന് വിടാനായിട്ട് ഓഡറായിക്ക്ന്ന്, ന്ന്."

---

1. അവനെ

പൊടുന്നനെ ക്ഷൗരക്കടയുടെ അട്ടിയിട്ട നിരപ്പലകകളിൽ ചാവുകട ലിളകി. വൃദ്ധസംഘമുണർന്നു. തോട്ടുംകരദേശത്തെ നിതാന്തനിശ്ശബ്ദ തകളിൽ ചോദ്യങ്ങളും മറുചോദ്യങ്ങളുമുയർന്നു. ജലരേഖകളിൽ ഉത്തരം പരതുന്നവർ പരസ്പരം കണ്ണുമിഴിച്ച് നിന്നു.

"ഓനിനി ആര്യോക്കെയാ കൊന്ന് പകരം വീട്ടാന്ന് ആരക്കറിയാം?"

"ഒരിക്കലൊരാളക്കൊന്ന് കയ്യറപ്പ് തീർന്ന്യോന് ഇനി ആര്യാ കൊന്നൂടാത്തെ?"

"ഇനീപ്പോ ദാമോദരൻമാഷക്കും ഓറെ പെങ്ങക്കും പൊരേല് എന്തെങ്കിലും സൈ്വരോണ്ടാവ്വോ?"

അവർ പരസ്പരം ചിന്തകൾ കൈമാറിക്കൊണ്ടിരിക്കവേ ഒടുവിൽ പഴയ ബിൽകലക്ടർ മൊയ്തു ചോദിച്ചു, ഇനിയെങ്കിലും ദാമോദരൻ മാഷ്ടെ മോള് ജയശ്രീ നാട്ടില് വെര്വോ?-എന്ന്.

അതുകേട്ട് ഗോപാലക്കുറുപ്പ് നീട്ടിവിളിച്ചൊരു ആട്ട് കൊടുത്തു: "ഫാ.."

ആട്ടിന്റെ ശക്തിയിൽ അട്ടിയിട്ട നിരപ്പലകകൾ ഇളകി. വൃദ്ധസംഘം പകച്ചുനിന്നു.

കുറുപ്പ് പറഞ്ഞു: "കൈയറപ്പ് തീര്വാൻ ഓനാരേം കൊന്നിറ്റില്ല, അല്ലെങ്കിലും പൊന്നാരത്തെ കുട്ട്യേൾക്ക് ആരേം കൊല്ലാനാവൂല്ല."

അയാൾ നരച്ച ശീലക്കുട തുറന്നുപിടിച്ച് വരമ്പിലേക്കിറങ്ങി. അപ്പോൾ അവുള്ള പതുക്കെ അടുത്തേക്ക് ചെന്നു:

"ഓനല്ലെങ്കില് പിന്ന്യാരാ, കുറുപ്പേ, കൂടെപ്പഠിച്ചോണ്ടിര്ന്ന കുട്ടീന ക്ലാസ്മുറീലിട്ട് കൊന്നത്.."

"അതിനി വേറെ അന്വേഷിക്കണം, അവുള്ളാ.." കുറുപ്പ് പതുക്കെ നടന്നു.

പുഞ്ചപ്പാലിൽ ഇരുളിന്റെ പർവ്വതമുയർന്നു. വയൽ കറുത്തു.

പൊന്നാറത്ത് പറമ്പിലെ തറവാട്ടുവാതില്ക്കൽ സന്ധ്യാവിളക്ക് കരിന്തിരി കത്തി. കാഞ്ഞിരമരക്കീഴിൽ പതിവുപോലെ മുത്തശ്ശിയുടെ തിരി കാറ്റിലണഞ്ഞു.

"തട്ടീംമുട്ടീം മറഞ്ഞ് പോവ്വാണ്ട് കൊണ്ടക്കൊടുക്കെന്റെ മുത്തേ."

കോലായിലെ തൂണുംചാരി ഉറക്കച്ചടവ് മാറാതെയിരിക്കുകയായിരുന്നു, ഇസ്മായിൽ. അവൻ കദീശുമ്മയുടെ നനഞ്ഞ കൈയുടെ തണുപ്പിൽ കണ്ണുതുറന്നു.

"തിരിച്ചുവന്ന് കാലുംമൊകോം കയ്കി[1] ഓത്തിന് പോവ്വാന്ള്ളതല്ലേ, ന്റെ കുട്ടീ."

"ഞാനിനി ഓത്തിന് പോന്നില്ലാ, വല്യുമ്മാ."

അവൻ നിവർന്നിരുന്നു.

1. കഴുകി

"അയെന്താ, പോവ്വാത്തേ?"

"എനക്കാവൂല്ല.."

"അയെന്താ ആവാത്തേ..?"

അവൻ മുറ്റമിറങ്ങി നടവഴിയിറങ്ങി വയലിറങ്ങി പാൽപ്പാത്രവും തൂക്കി ചന്തമ്മന്റെ ചായപ്പീടികയിലേക്ക് നടന്നു. കുഞ്ഞിന് കുടിക്കാനുള്ളതും കൂടി കറന്നെടുത്ത് കൊടുത്തയക്കുന്നകണ്ട് തൊഴുത്തിലെ പശു കദീശുമ്മയേയും ഇസ്മായിലിനേയും മാറിമാറി നോക്കിക്കരഞ്ഞു.

"സ്മെയ്‌ലേ-"

പിന്നാമ്പുറത്തുനിന്ന് ആരോ വിളിക്കുന്നതുകേട്ട് ഇസ്മായിൽ നിന്നു.

പുഞ്ചച്ചാലിൽ വേലിയിറക്കമാണ്. വെള്ളംവലിഞ്ഞു തെളിഞ്ഞ ചെളിത്തട്ടുകളിൽ വലിയമീനുകൾ പിടഞ്ഞുചാടുന്ന ശബ്ദം. ചിറവക്കിലെ കൊന്നമരങ്ങളിൽ അഗ്നിത്തൂവലുകളുള്ള പൂക്കൾ മുഖം കൂർപ്പിച്ചു നില്ക്കുകയാണ്.

"സ്മെയ്‌ലേ-"

ഒസ്സാനവുള്ള..

പുലർകാലത്ത് ക്ഷുരകൻ തൊഴിലിനിറങ്ങിയതാണ്. കൈയിൽ കറുത്ത സഞ്ചിയുണ്ട്.

"എന്തേനും?"

ഇസ്മായിൽ അവുള്ളയെ നോക്കി. അയാൾ ഒന്നും പറഞ്ഞില്ല.

"ങ്ങളെന്തേനും വിളിച്ചേ?"

ഇസ്മായിൽ ചോദിച്ചു.

അവുള്ള അപ്പൊഴും ഒന്നും പറഞ്ഞില്ല. പകരം അവൻ ഇസ്മായിലിനെ ചേർത്തുപിടിച്ചു നടന്നു. അവന്റെ സ്നേഹപ്രകടനത്തിൽ ഇസ്മായിലിന്റെ കൈയിലെ തൂക്കുപാത്രം തുളുമ്പി.

അതുകണ്ട് പുഞ്ചച്ചാലിലെ ചേറുമീനുകൾ ചിരിച്ചു.

അവന്റെ തിരിച്ചുവരവിൽ ചേറുമീനുകൾ പിന്നെയും തലപൊക്കി. അവ സ്റ്റീൽപ്പാത്രത്തിന്റെ ലോഹതാളം ശ്രവിച്ച് പതിയെ വാലാട്ടിനിന്നു. പുഞ്ചച്ചാലിൽ കയിച്ചിലും പൂതവരിയനും അവനെനോക്കി നിന്നു..

'അടങ്ങീര്ന്നോ, അല്ലേല് കണ്ടേ്യാന്റെ[1] അടുപ്പിലെ ചീനച്ചട്ടീലെത്തിപ്പോളം.'

ഇസ്മായിലിന്റെ ഉപദേശംകേട്ട് മീനുകൾ വീണ്ടും ചെളിത്തട്ടിൽ ആണ്ടുകിടന്നു. അവയ്ക്ക് മുകളിൽ ചുവന്നുനേർത്ത പ്രഭാതവെളിച്ചം വിരലുകളമർത്തി.

അതുവഴി കരയോരംചേർന്ന് എതിരെ വരികയായിരുന്ന ഇബ്റായിമൊയില്യാർ ഇസ്മായിലിനെ കണ്ടു. മൊയില്യാരോടൊപ്പം ഉസ്മാനു

1. കണ്ടവന്റെ

മുണ്ട്. ഉസ്മാൻ തോട്ടുങ്കരസ്രാമ്പിയിൽ മുക്രിയായിരുന്നെന്ന് വല്യുമ്മ പറഞ്ഞ് കേട്ടിട്ടുണ്ട്. അവരെ കണ്ട് ഇസ്മായിൽ പരുങ്ങി.

"പന്നീന്റെ മോനേ-" ഉസ്മാൻ വിളിച്ചു, "ഓത്തുപള്ളീലൊന്നും വെരാണ്ട് കുരുത്തംകെട്ട് സുജായിക്കമൂണിസ്റ്റായങ്ങനെ നടക്കാ, ല്ലേ-?"

"കുട്ട്യേള ബയക്ക് പറേര്ത്, ഉസ്മാനേ." മൊയില്യാർ വിലക്കി:

"ഓല് കുഞ്ഞങ്ങളല്ലേ, ഉ്സ്മാനേ. കുട്ടിപ്പിരായത്തില്[1] കളിയല്ലേ മുക്യം. അത്കയിഞ്ഞിറ്റല്ലേ, ന്റെ മദ്‌ര സേം ഓത്തുപള്ള്യൂം എല്ലം.."

ഇബ്റായി മൊയില്യാരുടെ സാന്ത്വനവചനം പക്ഷേ, ഉസ്മാന് ബോധിച്ചില്ല. അവൻ ഓർക്കാപ്പുറത്ത് ഇസ്മയിലിന്റെ കുപ്പായക്കോളറിൽ കടന്നുപിടിച്ചു.

"നായിന്റെ മോനേ, ദീനും ഇമാറുംല്ലാണ്ട് തെണ്ടിമയിസ്രേട്ടായിറ്റ് പള്ളീലൊന്നും വെരാണ്ടങ്ങനെ"

ഉസ്മാൻ പറഞ്ഞുതീരും മുമ്പേ ഇസ്മായിൽ പുഞ്ചച്ചാലിലേക്ക് വലിഞ്ഞൊരു ചാട്ടംകൊടുത്തു. അവന്റെ ചാട്ടത്തിൽ പിറകെ വീണുപോകാതെ കാട്ടുചെടിച്ചില്ലയിൽപ്പിടിച്ച് ഉസ്മാനൊരു വിധം നിന്നു. അവന്റെ കരിനാവിലൂടെ കടിച്ചാൽപ്പൊട്ടാത്ത തെറികൾ കതിനവെടിപോലെ പുറത്തേക്ക് പ്രവഹിച്ചു, അതുകേട്ട് മൊയില്യാർ ചെവിപൊത്തി. എന്നിട്ടും സഹിക്കവെയ്യാതെ കക്ഷത്തിലെ കുടവച്ച് ഉസ്മാന്റെ ചന്തിനോക്കി ഒരു വീക്കുകൊടുത്തു.

മൊയില്യാരുടെ കുട ഉസ്മാന്റെ ചന്തിയുംവിട്ട് ആകാശത്തിലേക്കുയർന്നു. അത് ആകാശത്തിൽ ഒരു തുറന്ന പാരച്യൂട്ടായി. പാരച്യൂട്ട് പതുക്കെ പുഞ്ചച്ചാലിൽ താണിറങ്ങി. ഒടുവിൽ ചിറകൊടിഞ്ഞ വലിയ ഒരു കാട്ടുപക്ഷിയെപ്പോലെ അത് ചളിത്തട്ടിൽ മലർന്നുവീണു.

ആകാശം തലയ്ക്ക് മുകളിൽ താഴ്ന്നിറങ്ങുന്ന കണ്ട് പുഞ്ചച്ചാലിലെ പെരുമീനുകൾ ചളിക്കെട്ടിൽ മുഖം പൂഴ്ത്തി.

"കെട്ട്യോനില്ലാണ്ട് കണ്ട്യോനിക്ക് പെറന്ന..."

"പ്ഫാ.."

ആട്ടിന്റെ ശക്തിയിൽ മൊയില്യാരുടെ പല്ലുകൾ പിന്നെയുമേറെ നേരം ഇളകിക്കൊണ്ടിരുന്നു. മുമ്പിൽ തൂവിപ്പരന്ന തുപ്പലിൽ മഴവില്ലു വിരിയുന്നത് നോക്കി പുഞ്ചച്ചാലിലെ കുളക്കോഴിയെപ്പോലെ ഉസ്മാൻ നിന്നു. പിന്നെ തോട്ടുവക്കിലെ ചെറുചെടികളുടെ വേരിൽപ്പിടിച്ച് അവൻ താഴേക്കിറങ്ങി.

അവനെടുത്ത് കഴുകിക്കൊടുത്ത ശീലക്കുടയും നിവർത്തിപ്പിടിച്ച് മുമ്പിൽ ഇബ്റായി മൊയില്യാർ നടന്നു. നടത്തയിൽ മൊയില്യാരുടെ മനസ്സിൽ കഠിനമായ ചിന്തകൾ തിടംവച്ചുകൊണ്ടിരുന്നു. ചിന്തകളുടെ പ്രചണ്ഡതയിൽ അയാളുടെ നടത്തയുടെ വേഗം കുറഞ്ഞു. പിന്നെ നട

1. കുട്ടിപ്രായത്തിൽ

വരമ്പിന്റെ ഒത്തനടുവിൽ തിരിഞ്ഞുനിന്ന് മൊയില്യാർ ചോദിച്ചു: മ്മളെ മതം ബന്നിറ്റെത്തര കൊല്ലായുസ്മാനേ?- എന്ന്.

നിനച്ചിരിക്കാത്ത നേരത്ത് ഇത്തരമൊരു കുടുക്കുപിടിച്ച ചോദ്യം കേട്ട് ഉസ്മാൻ പകച്ചുനിന്നു.

"എന്നാല് ആയിരത്തഞ്ഞൂറ്, ന്ന് ബെച്ചോ. അയിന്റോടി[1] ഒരായിരോം കൂടി മുന്നോട്ട് ചേറക്ക്. അപ്പത്തെ ര്യായി- രണ്ടായിരത്തഞ്ഞൂറ്.

രണ്ടായിരത്തഞ്ഞൂറ് കൊല്ലം."

മൊയില്യാർ എന്താണ് ഗണിച്ചുകൊണ്ടിരിക്കുന്നതെന്നറിയാതെ ഉസ്മാനും നിന്നു.

"അയിന് മുമ്പ് ഇബ്ട മതോണ്ടേന്വോ, സ്മാനേ?" മൊയില്യാർ പിന്നെയും ചോദിക്കുന്നു:

അതിന് മുമ്പ് ഇവിടെ മതമുണ്ടായിരുന്നോ എന്നൊന്നും ഉസ്മാനറിയില്ല.

"എന്നാലില്ലാഞ്ഞി." മൊയില്യാർതന്നെ മറുപടിയും പറഞ്ഞു: "അന്നും മനിശന്ണ്ടേനും. ജെനനോം മരണോം ണ്ടേനും. പക്കേങ്കല് ഓല് തമ്മില് ഇന്നത്തെപ്പോലത്തെ ഒര് സ്പർദ്ദേം ഇല്ലാഞ്ഞി. മതോംന്നും പറഞ്ഞിറ്റ്ള്ളെ ബെട്ടുംകുത്തും കൊലയും ഇല്ലാഞ്ഞി.

"അല്ലേങ്കലും ഇന്തുനിയാവില് മനിശമ്മാറക്കല്ലാണ്ട് മറ്റേതെങ്കിലും ജീവ്യേള്ക്ക് മതോണ്ടോ? ഇല്ലാഞ്ഞി.

പിന്ന്യപ്പളാ ഇത്ണ്ടായ്യേന്നല്ലേ? അത് മതം ബെലീയ്യോര് ബാണ്ട ക്കെട്ടാക്കി മനിശമ്മാറ് തലേല് കയറ്റാൻ തൊടങ്ങ്യ മൊതലാ. അയിന് ബളംബെച്ച് കൊട്ക്ക്ന്നത് കുഞ്ഞിമനസ്സില് മതപഠനോംന്നും പറഞ്ഞ് ബെശം കയറ്റി ബ്ട്ന്നോലാ. ഇമ്മാതിരീള്ളെ ഏർപ്പാട് എല്ലാമതക്കാറും നിർത്തണ്ടകാലം ആയിക്ക്ന്ന്- ഉസ്മാനേ."

ഈ മൊയില്യാറ് ഇതെന്തൊക്കെയാ പടച്ചോനേ പറേന്നത് എന്ന വ്യാകുലതയിൽ ഉസ്മാൻ തരിച്ചുനിന്നു. "അപ്പോ, ഒര്കാര്യം തിരിഞ്ഞോ, മതംന്ന് പറയ്ന്നത് പഠിപ്പിക്കാന്ള്ളതല്ല, പഗരം ബെല്തായിബെരുമ്പോ സ്വന്തംപടിച്ച് മനസ്സിലാക്കി മറ്റ്ള്ളോരൂായിറ്റ് സ്നേഹോം സൗകൃതോം ണ്ടാക്കാന്ള്ളതാ."

നടവരമ്പിലൂടെ മൊയില്യാർ കുടയുയർത്തിപ്പിടിച്ച് മുമ്പേ നടന്നു.

താഴെ തെറിച്ചുപോയ പാൽപ്പാത്രം പരതി ഇസ്മായിൽ ചളിത്തട്ടിൽ വിരലുകളാഴ്ത്തി...

വർഷങ്ങൾക്കു മുൻപ്, പുഞ്ചച്ചാലിൽ പുകമഞ്ഞ് നിറഞ്ഞ ഒരു പ്രഭാതത്തിൽ വടക്കേകുപ്പയിലെ വാഴച്ചോട്ടിൽ മുട്ടുകാലിലിരുന്ന് ഓക്കാനിച്ചുതളർന്ന കുഞ്ഞിപ്പാത്തുവിനോട് കദീശുമ്മ ചോദിച്ചു:

1. അതിന്റെ കൂടെ

"ആരേനും മോളേ?"

അവൾക്ക് ആളെ ഓർമ്മയില്ലായിരുന്നു.

"എപ്പളേനും മോളേ?"

അതും അവൾക്ക് ഓർമ്മയില്ലായിരുന്നു.

അവളുടെ ഓർമ്മയിൽ ഒന്നുമില്ലായിരുന്നു...

അന്നായിരുന്നു കദീശുമ്മ മകളേയുംകൂട്ടി അന്നക്കുട്ടി നേഴ്സിന്റെ വീട്ടിലേക്ക് നടന്നത്. തോട്ടുവക്കിൽ വെയിൽനാളം താഴ്ന്നുതുടങ്ങിയ നേരം. വയൽവരമ്പിൽ കുന്തിച്ചിരുന്ന് കുഞ്ഞിപ്പാത്തു ഓക്കാനിക്കുന്നത് കണ്ട മൊയ്തു അടുത്തുവന്നു ചോദിച്ചു:

"ഇവൾക്കെന്തുപറ്റി കദീശുമ്മാ?"

"എന്ത് പറ്റ്വാനാ?" കദീശുമ്മയുടെ മുഖം കറുത്തു:

"പെണ്ണുങ്ങളാവുമ്പോ ചര്ദ്ദിക്കേം ചെയ്യും തൂവേം ചെയ്യും. യ്യെന്താ അയിന്റ്യാക്കെ[1] കണക്കെടുക്ക്വാ- ന്ന്ക്ക്വാ-?"

കദീശുമ്മ കുഞ്ഞിപ്പാത്തുവിന്റെ കൈയും പിടിച്ച് ഇടവഴികയറി നേരെ നടന്നു. അവർ അന്നക്കുട്ടി നേഴ്സിന്റെ വാടകവീടിന് മുമ്പിൽ നിന്നു.

തെക്കെങ്ങോനിന്ന് മാറ്റംവാങ്ങി വടകര സർക്കാർ ആശുപത്രിയിൽ വന്ന പേറ്റിച്ചിയാണ് അന്നക്കുട്ടി നേഴ്സ്. അവരെന്തിനാണ് ഇത്രയും അകലെവന്ന് ഇവിടെ ഒറ്റയ്ക്ക് താമസിക്കുന്നതെന്ന് കദീശുമ്മായ്ക്കും തോട്ടുംകരക്കാർക്കും അറിയില്ലായിരുന്നു. അത് കൃത്യമായി അറിഞ്ഞുവച്ചവൻ മൊയ്തുവാണ്..

അന്നക്കുട്ടി നേഴ്സ് വീട്ടിലുണ്ടാവുന്നനേരത്ത് എങ്ങനെയെങ്കിലും മൊയ്തു ചുറ്റുവട്ടത്തെത്തുമെന്ന് പരദൂഷണം പറഞ്ഞത് കേളായരാണ്. കേളായര് ശിപായിയായ കാലത്ത് കുറച്ചുകാലം മൊയ്തു പഞ്ചായത്തിലെ ബിൽകലക്ടർ ആയി പണിയെടുത്തിട്ടുണ്ട്.

ഇതേ കേളായര് തന്നെയാണ് ഒസ്സാനവുള്ളയ്ക്ക് ഇസ്മായിലിനെ കാണുമ്പോൾ ഒരു "ഇതാ"ണെന്ന് നാട്ടിൽ പറഞ്ഞു പരത്തിയത്.

"കേളായര്ക്ക് ഇതെന്തിന്റെ കേടാണാഓ.."

അന്നക്കുട്ടി നേഴ്സിന്റെ മുമ്പിൽ കുഞ്ഞിപ്പാത്തു ആറാംവിരലിൽ തിരുപ്പിടിച്ചുനിന്നു. അവളുടെ വയലറ്റുകരയിൽ കോണിപ്പുള്ള കട്ടിമുണ്ട് നീക്കി അവർ അവളോട് കട്ടിലിൽ കിടക്കാൻ പറഞ്ഞു... പിന്നെ കൈ കഴുകി.

---

1. അതിന്റെയൊക്കെ

അന്ന് അന്നക്കുട്ടി നേഴ്സ് കദീശുമ്മയോട് പറഞ്ഞു: "പെറ്റോട്ടേ, ഉമ്മാ-

ദൈവത്തിന്റെ നല്ല മനസ്സുകൊണ്ട് അതെങ്ങാനും ഒരാൺതരിയായി കിട്ടിയാൽ ആവതില്ലാത്ത കാലത്ത് കുഞ്ഞിപ്പാത്തുവിന് ഒരു തുണയാവില്ലേ?"

അതിന്റെ മൂന്നാം നാളാണ് അന്നക്കുട്ടി നേഴ്സ് തൂങ്ങിമരിച്ചത്.

അന്നക്കുട്ടി നേഴ്സ് തൂങ്ങിമരിച്ചതല്ലെന്നും അവരെ കൊന്ന് കെട്ടിത്തൂക്കിയതാണെന്നും പബ്ലിക്കായി പറഞ്ഞതിനാണ് മൊയ്തുവിനെ പൊലീസ് പിടിച്ചു കൊണ്ടുപോയത്.

രാത്രി പുലരുന്നനേരത്ത് ഒരെട്ടുകാലിയെപ്പോലെ മൊയ്തു ചുമരിൽ ചാരി ആകാവുന്നത്ര നിവർന്നു നിന്ന് പറഞ്ഞു: "ഞാനൊരു പാവത്താ യെൻ, പയേ പഞ്ചായത്ത് ബിൽകലട്ടറ്.

ഒപ്പത്തിനൊപ്പോളള്ള മൂന്നാല് പെൺകുട്ട്യേൾടെ ഉപ്പ്യാന്ന് പോലും ഓറമയില്ലാത്തോൻ,

ബിവരദോശി.."

ഇരുമ്പുപോലത്തെ ഇൻസ്പെക്ടർ കരിന്തേളിന്റെ കൊക്കുപോലുള്ള മീശ പിരിച്ചുകയറ്റി മൊയ്തുവിനെ വായുവിലുയർത്തി ചെവിയിലെന്തോ പറഞ്ഞു. അതോർക്കുമ്പോൾ മൊയ്തുവിന് ഇപ്പോഴും അരക്കെട്ടിന് ചുറ്റുമൊര് തരിപ്പുതോന്നാറുണ്ട്. ഒരുനീറ്റൽ.

ഏതായാലും അതോടെ മൊയ്തു മഹാസൂക്കേടുകാരനായിപ്പോയി...

അന്ന് അന്നക്കുട്ടി നേഴ്സ് കുഞ്ഞിപ്പാത്തുവിനെ നിർത്തിപ്പറഞ്ഞ കാര്യം അതുപോലെ സംഭവിച്ചിരിക്കുന്നു, ഒരാൺതരി. അവനിപ്പോൾ പതിനാല് വയസ്സ്.

"ആൺകുട്ട്യോൾക്ക് എങ്ങന്യാടാ ജീവിച്ചൂടാത്ത്." ഇസ്മായ്ലിനെ മുന്നിൽ നിർത്തി കദീശുമ്മ സമാധാനിക്കുന്നു: "ഓന് ബുദ്ധിക്ക് ലേശം കൊറവ്ണ്ട്-നല്ലാണ്ട് ആരോഗ്യത്തിന് കൊറവോന്നൂ, ല്ലാലോ."

അവനിപ്പോൾ ചിറവക്കത്തും പുഞ്ചച്ചാലിലുമൊക്കെ നടന്ന് അല്പ സ്വല്പം വിവരമുള്ളവരുമൊക്കെയായി സംസാരിച്ചുമൊക്കെ....

"യ്യെബ്ടേനും ഇസ്മെയിലേ?"

"ഞാം പുഞ്ചച്ചാലിത്തന്നെ ള്ണ്ടേനും വെല്യുമ്മാ-"

"അബ്ഡെ യ്യെന്തെടുക്ക്വേനും ഇസ്മെയിലേ-?"

"ഞാം ബെറ്തെ വെള്ളത്തില് നോക്കി നിക്ക്വേനും വെല്യുമ്മാ-"

---

1. നിനക്ക്

"അന്നേരം കൊണ്ട് ഇനി[1]ക്ക് ഒത്തുപള്ളീല് പോയിക്കൂടാഞ്ഞോ, സ്മെയിലേ?"

"ഉമ്മാ-''

അവൻ പെട്ടെന്ന് വിളിച്ചു.

കുഞ്ഞിപ്പാത്തു കോലായിലെ ബെഞ്ചിൽ കിടന്ന് വിളികേട്ടു.

"എനക്ക് ഓത്തിന് പോണ്ടുമ്മാ. എനക്കത് തലേല് കാരൂല്ലുമ്മാ[1].."

1. കയറൂല്ലാ ഉമ്മാ

പുരാവൃത്തങ്ങൾ

തോട്ടുംകരയുടെ നിതാന്തമായ നിശ്ശബ്ദതയിൽ ആദ്യമായൊരു മോട്ടോർ ബോട്ടിന്റെ ശബ്ദം ഇരമ്പിക്കയറി. അത് സ്രാമ്പിയിലെ ഉച്ചഭാഷിണിക്കും മുകളിൽ ശെയ്ത്താന്റെ ശബ്ദമായി പടർന്നുകയറവേ മൊയില്യാരുടെ ശ്രദ്ധപതറി. വൃദ്ധന്റെ ചുണ്ടുകൾ വിറച്ചു, ബോട്ടിന്റെ ശബ്ദത്തിൽ ബാങ്കുവിളി മുങ്ങിപ്പോകാതിരിക്കാനുള്ള ശ്രമത്തിൽ അയാൾ ആകാവുന്നത്ര ഒച്ചകൂട്ടി. അപ്പോൾ പുഞ്ചച്ചാലിലെ കരിഞണ്ടുകൾ കൂട്ടമായിച്ചേർന്ന് തന്റെ തൊണ്ട മാന്തിപ്പറിക്കുന്നപോലെ അയാൾക്ക് തോന്നി. അയാൾ കാറിച്ചുമച്ചു. നിലയ്ക്കാത്ത ചുമയിൽ അയാൾ കുന്തിച്ചിരുന്നു...

ബോട്ട് കരയോടടുത്തും തെന്നിയകന്നും പുഴയിൽ ഓളംവരച്ചു കളിച്ചു. കരയരികിലെ ചെറുമരത്തിന്റെ വേരുകളെ ഓളങ്ങൾ ഗാഢമായി പുണർന്നു. അതിന്റെ പ്രചണ്ഡതയിൽ ചെറുപരലുകൾ നിലകിട്ടാതെ ചരിഞ്ഞു. ഇളമരച്ചില്ലകളിലെ കുഞ്ഞിക്കിളികൾ പകച്ചു. അവ കാട്ടുപൊന്തകൾക്ക് മുകളിൽ കാഷ്ഠിച്ച് പറന്നു.

മൂരാട് നിന്നും കുറ്റ്യാടിക്കുള്ള മോട്ടോർബോട്ട് കന്നിയാത്ര നടത്തുകയായിരുന്നു. അത് പുഴയെ വകഞ്ഞ്, സഞ്ചാരവീഥികളിൽ ചാലുവീഴ്ത്തി, ഓളങ്ങളിൽ പതചുരത്തി..

കോലായിൽ കൊത്തങ്കല്ല് കളിച്ചുകൊണ്ടിരുന്ന പെൺകുട്ടികൾ പുഴയോരം ശ്രദ്ധിച്ചെഴുന്നേറ്റു നിന്നു. തൊടിയിൽ തുമ്പിയെ പിടിക്കാനിറങ്ങിയ കുട്ടികൾ പുഴക്കരയിലേക്ക് കുതിച്ചു.

അപരിചിതമായ കുതൂഹലത്തിൽ തള്ളക്കോഴികൾ കുഞ്ഞുങ്ങളെ ചിറകിലൊളിപ്പിച്ചു.

വയലിലെ പശുക്കൾ കുറ്റിയിൽ വട്ടംചുറ്റിക്കരഞ്ഞു–

“ഉംമ്പേ...”

ബോട്ട് കരയെ പുണർന്ന് മുത്തംകൊടുത്ത് തിരികെ പുഴയുടെ അഗാധമദ്ധ്യത്തിലേക്ക് നീങ്ങി. അത് ജലവിതാനത്തെ മർദ്ദിച്ച് പിന്നെയും നുരകളുയർത്തി..

പുഴയോരത്ത് കരിഞ്ഞ മണ്ണെണ്ണയുടെ മണം ബാക്കിയായി. അത് ശ്വസിച്ച് ഇബ്റായി മൊയില്യാർ മൂന്നുതവണ തുമ്മി.

"ഇക്കണെക്കിന് ഇത് കുറ്റ്യാട്യൈത്തുമ്പളേക്കും മനിശമ്മാറ് തുമ്മി ത്തുമ്മി ചത്തുപോവ്വല്ലോ,"

മൊയില്യാരുടെ സംശയംകേട്ട് തോട്ടുംകരക്കാർ ചിരിച്ചു.

മൂന്നാം ദിവസംമുതൽ ചെന്താമരാക്ഷൻ മുടങ്ങാതെ രണ്ടുനേരവും കിഴക്കോട്ടും പടിഞ്ഞാറോട്ടും സർവ്വീസ് നടത്തി. മുപ്പത്തഞ്ച് പൈസ കൊടുത്ത് തോട്ടുംകരക്കാർ ആർഭാടപൂർവ്വം മൂരാടേക്കും തിരികെ കുറ്റ്യാടിക്കും സഞ്ചരിച്ചു. ചെന്താമരാക്ഷന്റെ കൃത്യസമയത്തുള്ള പോക്കും വരവും അവർക്കിടയിൽ പുതിയ സമയബോധം സൃഷ്ടിച്ചു. പിന്നെയും നാലുവർഷം കഴിഞ്ഞാണ് തോട്ടുംകരയിലേക്ക് ബസ് സർവ്വീസ് വരുന്നത്...

അത് മൂന്നടിപ്പാലത്തിന് വടക്ക് പാലമരക്കീഴിൽ പുതുതായിപ്പണിത കോൺക്രീറ്റ് പാലത്തിന്റെ ഉദ്ഘാടനം കഴിഞ്ഞ് പതിനാലാം ദിവസമാ യിരുന്നു.

ബസിലും വലിയ അക്ഷരത്തിൽ ചെന്താമരാക്ഷൻ എന്നെഴുതിയി രുന്നു. അത് കൂട്ടിവായിച്ച് ചായപ്പീടികയിലിരുന്ന മൊയില്യാർ ചോദിച്ചു; "അപ്പോ മാശേ, ഈ ചെന്താമരാച്ചൻന്ന് ബോട്ടിനല്ലാണ്ട് ബസിനും പറയ്യോ-"

മൊയില്യാരുടെ സംശയം കേട്ട് തോട്ടുംകരക്കാർ പിന്നെയും ചിരിച്ചു. ദാമോദരൻ മാഷ് മാത്രം കണ്ണടയൂരിപ്പിടിച്ച് പുരികംചുളിച്ച് ചിന്തിച്ചു. അങ്ങനെ മാഷ് ചിന്തയിലുലഞ്ഞ നേരത്താണ് കുഞ്ഞിപ്പാത്തുവിന്റെ കുറു കിയ അവയവങ്ങളിൽ ചവുട്ടി ഇസ്മായിൽ പുറത്തേക്ക് ചാടാനുള്ള കവാടം തിരക്കിയത്.

ചെന്താമരാക്ഷൻ ദിവസവും ഏഴുതവണ തോട്ടുംകര വന്ന് ആൽത്തറ വലംവച്ച് തിരിച്ചുപോയി. എട്ടാം തവണ അവൻ മൂന്നടിപ്പാല ത്തിനുകീഴെ കുളിക്കാനിറങ്ങി. അവന്റെ മോറിലും മാറിലും ഗുഹ്യത്തിലും ചകിരിയും സോപ്പുംവച്ച് തേച്ചുകുളിപ്പിക്കുന്ന കിളിയെ നോക്കി ഡ്രൈവറും കണ്ടക്ടറും പുഴയോരത്തെ പാലമരച്ചോട്ടിലിരുന്നു. പിന്നെ മൊട്ടാലിൽനിന്ന് വാറ്റിയിറക്കുന്ന തനത് ചാരായവും മോന്തി ബസിനക ത്ത് അന്തിയുറങ്ങി..

അവർക്ക് കാവൽ കിടക്കാൻ വർഷങ്ങൾക്കുമുമ്പ് തോട്ടുംകരയിൽ പാലംപണിയാൻ വന്ന തമിഴന്മാരും ഒണ്ടൻമാരും ഉപേക്ഷിച്ചുപോയ വളർത്തുനായ്ക്കളുടെ സന്തതിപരമ്പരകളും മൊട്ടാലിലെ കുറുക്കന്മാരും മത്സരിച്ചു. അങ്ങനെ തോട്ടുംകരയിൽ നായിക്കുറുക്കന്മാർ പിറന്നു.

പ്രഭാതത്തിൽ ബസ് വടകരയ്ക്ക് പുറപ്പെടാൻനേരത്ത് ഡ്രൈവർ

സീറ്റിന് മുകളിൽ സ്ഥാപിച്ച ഗുരുദേവന്റെ ചിത്രത്തിൽ മാലയിട്ട് ചന്ദനക്കുറി തൊടുവിച്ചു. കണ്ടക്ടർ സ്രാമ്പിക്ക് മുൻപിലെ നേർച്ചപ്പെട്ടിയിൽ ഒറ്റരൂപാ നാണയമിട്ടു. പാലമരച്ചോട്ടിലെ ഭണ്ഡാരത്തിലും വഴിയരികിലെ കുരിശുപള്ളിയിലും കിളിയിറങ്ങി ചില്ലറയിട്ടു തൊഴുതു.

ബസിന്റെ സമയനിഷ്ഠപോലെ സർവ്വമതവിശ്വാസത്തിലും തോട്ടുംകരക്കാർ അഭിമാനിച്ചു.

വാങ്ക് വിളിച്ച് ഉച്ചഭക്ഷണവും കഴിഞ്ഞ് പതിവുമയക്കത്തിലായിരുന്ന ഇബ്റായിമൊയില്യാർ സ്രാമ്പിക്കു മുൻപിൽ ചെന്താമരാക്ഷൻ വന്നുനിന്നത് കണ്ട് തലയുയർത്തിനോക്കി.

പതിവില്ലാതെ ഒസ്സാനവുള്ള ബസിൽ വന്നിറങ്ങുകയാണ്. അവനെ നോക്കി മൊയില്യാർ എഴുന്നേറ്റു:

"ഇന്നെന്താവുള്ളാ, വല്ല ഗള്ഫ് കോളും ക്ട്ട്യാ."

അതുകേട്ട് അവുള്ള പുല്ലുപായിൽ മലർന്നു കിടന്നു ചിരിച്ചു.

മൊയില്യാർ മുറ്റത്തിറങ്ങി നിഴലളന്നു.

"മൂക്കിന് മുന്നില് ഗഡികാരം കടകടേന്ന് അടിക്കുമ്പം ഇങ്ങളെന്തിനാ മൊയില്യാറെ ഇമ്പെയ്ലത്തെറങ്ങി[1] നെയലളന്ന്[2] ബെശമിക്ക്ന്ന്? " അവുള്ള ചോദിച്ചു. മൊയില്യാറത് കേട്ട് ചുണ്ടുകൾ കൂർപ്പിച്ചു.

"ഗഡികാരം മനിശന്ണ്ടാക്ക്യതല്ലേ,വുള്ളാ. അള് തെറ്റിക്കൂടാന്ന്ണ്ടോ?"

അയാൾ നരച്ച താടിരോമങ്ങളിലൂടെ ചെറുവിരലിറക്കി ചൊറിഞ്ഞു. എന്നിട്ട് മൂക്കുകണ്ണടയുടെ മുകളിലൂടെ ക്ഷുരകനെ നോക്കി: "എന്നാല് നെയല് പടച്ചോന്ണ്ടാക്ക്യതാ, തിരിഞ്ഞോ?"

മൊയില്യാർ കഴുത്ത് നീട്ടി-

"മീനിന് ന്ീന്ത്വാനും പർന്തിന് പറക്കാനുംള്ള കയിവും മുക്കത്തെ മൊയലാളിക്ക് പെട്ടിനെറച്ച് പണോം കൊഡ്ത്ത പടച്ചോയെൻ ബെറ്തെ, ഒന്നുംകാണാണ്ട് ദുനിയാവിലൊര് നെയല്ണ്ടാക്കോ, അവുള്ളാ? അപ്പോ അത്കൊണ്ടോര് കാര്യോണ്ട്. ഒരുപയോകം."

ക്ഷുരകൻ കറുത്ത സഞ്ചി കൈയിലെടുത്തു.

"ന്ക്ക്.."

അവുള്ള നിന്നു.

"പണ്ടൊര് പയി[3] പടച്ചോനോടൊര് പരിബവം പറയാഞ്ചെന്ന്." മൊയില്യാർ പറയുന്നു: "ചെറീയ ബയറ് ള്ള കാക്കക്ക് ദുനിയാവ് മുയുമനും പറന്ന്ചെന്ന് ബയറ് നറക്കാമ്പറ്റുമ്പോ കാലിച്ചാക്ക് പോലത്തെ ബയറും കൊട്ത്ത്വ്ട്ട പയിക്ക് കെട്ടീട്ടെ കുറ്റിക്ക് വട്ടംനടന്ന് മേണ്ടേ പയിപ്പ്[4] മാറ്റ്വാനെ, ന്ന്."

---

1. ഈ വെയിലത്തിറങ്ങി
2. നിഴലളന്ന്
3. പശു
4. വെശപ്പ്

അവുള്ള ഇറങ്ങിനിന്ന പടി തിരികെ കയറി.

മൊയില്യാറ് ചോദിച്ചു: "പയി പറഞ്ഞേ ശെരിയല്ലെ..?"

അവുള്ള തലയാട്ടി.

"പക്കേങ്കല് അത് ശെരിയല്ലാന്ന് എങ്ങന്യാ കാണിച്ച് കൊടുക്ക്വാ-" മൊയില്യാറ് തുടർന്നു: "അങ്ങനെ പടച്ചോൻ പയ്യിനേംകൂട്ടി നടന്ന്. നടന്ന്നടന്ന് പോവ്മ്പോ ഒര്മരത്തിന്റെ കൊമ്പ്ന്നൊര് കാക്ക "പ്ര് ശും"ന്നും പറഞ്ഞി പയീന്റെ തലേല് തൂറിക്കൊഡ്ത്ത്.

കാക്കതൂറ്യെ ബേജാറില് പയി തലകൊടഞ്ഞി. അപ്പോ കാക്കത്തീട്ടം പടച്ചോന്റെ മേലും തെറിച്ചി.

അപ്പോ പടച്ചോമ്പറഞ്ഞി, ഇതിപ്പം കാക്ക്യായകൊണ്ടല്ലേ, തെറിക്ക്വാങ്കൊറച്ചല്ലേ, ള്ളൂ. മറിച്ച് പയിക്കായിര്ന്ന് പടച്ചോൻ ഇങ്ങനെ പറന്ന് തൂറ്വാന്ള്ളെ കയിവ് കൊഡ്ത്തിര്ന്നേല് നടന്ന്പോന്ന്യോന്റെ കണ്ണും മൊകോം ഒന്നായിപ്പോളൗല്ലാഞ്ഞോ.. അവുള്ളാ-"

അവുള്ള പിന്നെ നിന്നില്ല, നേരെ റോഡിറങ്ങി നടന്നു. അവനെ കടന്ന് ചെന്താമരാക്ഷൻ തിരിച്ചുപോയി.

"മൂന്നേകാലിന്റെ ബസ് വന്നില്ലേ, അവുള്ളാ?" ക്ഷൗരക്കടയുടെ കോലായിൽ ആരെയോ കാത്തുനില്ക്കുന്നപോലെ കുടയുംകുത്തിപ്പിടിച്ച് നിന്ന ദാമോദരൻ മാഷ് ചോദിച്ചു:

"ബന്നല്ലോ, മാശേ. ബന്ന് ചോറും ത്ന്ന് പോവ്വേം ചെയ്ത്, ഇങ്ങളേ ടേ്യനും?"

അവുള്ള നിരപ്പലകകൾ നിരക്കിയെടുത്ത് കോലായിൽ അട്ടിവച്ചു. "ഇരിക്കീം."

"ഇരിക്ക്ന്നില്ല, വുള്ളാ. നാല് മുട്ടുമ്പോ ട്യൂഷന് പോവാനുള്ളതാ-"

ദാമോദരൻ മാഷ് വേഷ്ടിയുടെ കീഴറ്റം പതുക്കെ ഉയർത്തി മുഖം തുടച്ചു.

"ജെയസ്രീ വെരുന്ന്ണ്ട്ന്നൊര് ശ്രുതീണ്ടല്ലോ, മാശേ."

"ഒന്നും അറിയില്ല- വുള്ളാ."

"എന്താ വെരാത്ത്ന്ന് ഒന്ന് കനപ്പെട്ട് ചോയിക്കണം. അല്ലാഞ്ഞാലെങ്ങന്യാ?" അവുള്ള ഊർക്കിൽച്ചൂല് കെട്ട് മുറുക്കി ചുമരിൽക്കുത്തി മുറുക്കിക്കൊണ്ട് ഗൗരവത്തിൽ പറഞ്ഞു:

"പോറ്റി ബളർത്തി ഇത്തര്യാക്കിയെട്ത്ത മോളല്ലേ? ഒര്പണി കിട്ടിപ്പോയാപ്പിന്ന അച്ചനമ്മമാറും ബന്തുക്കളും ഒന്നും മേണ്ടാന്നാ?"

മാഷ് നിശ്ശബ്ദനായി മുറ്റമിറങ്ങി.

മുമ്പിൽ തളർന്നുകിടക്കുന്ന പെരുമ്പാമ്പിനെപ്പോലെ നീളൻ നടവരമ്പ്.

കണ്ണിൽ കുത്തിത്തറയ്ക്കുന്ന വെയിൽ..

"ഒന്നും പറയാൻ കഴിയില്ല, മാസാമാസം അവളയച്ചു തരുന്നതും ചേർത്താണ് പട്ടിണിയില്ലാതെ കഴിഞ്ഞു പോകുന്നത്." മാഷ് സ്വയം

പറഞ്ഞു. "ഇപ്പോൾ അവൾക്കിളയവളും പുരനിറഞ്ഞു വരുന്നു. അവളുടെ പഠിപ്പുംകൂടി പൂർത്തിയാക്കാനുണ്ട്. അതിനിടയിൽ ഒത്തുവന്നാൽ മൂത്തവളുടെ കല്യാണം...

ആദ്യം ജയശ്രീ, പിന്നെ രാധിക-"

മാഷ് നെടുവീർപ്പിട്ടു. മുൻപിൽ എടുത്താൽ പൊങ്ങാത്ത പ്രാരബ്ധങ്ങളുടെ കെട്ടുകാഴ്ചകൾ....

ദാമോദരൻ മാഷ് വേഷ്ടി ഉയർത്തി കഴുത്തും മുഖവും ഒരിക്കൽക്കൂടി തുടച്ചു.

മനസ്സ് പൊള്ളിക്കുന്ന വിഷയമാണ്. ഒരന്തവും കിട്ടാതെവരുമ്പോൾ സ്വയം സമാധാനിക്കാൻ ശ്രമിക്കും - "ഒക്കെ ഒരു നിയോഗാ-ന്റെ ദാമൂ." കോലായിൽ കാലും നീട്ടിയിരുന്ന് ശരീരം പതുക്കെ ഇളക്കിക്കൊണ്ട് മുത്തശ്ശി പറയാറുണ്ട്: "ഈ തറവാടിന്റെ പടിയിറങ്ങിപ്പോയവരാരും പിന്നെ തിരിച്ചുവന്നിട്ടില്ല- മോനേ," എന്ന്.

"ആദ്യം ജയനാരായണൻ പിന്നെ ഉദയൻ, എല്ലാവർക്കും ശേഷം ജയശ്രീ.

ഇനി രാധിക, അവള് വളർന്ന് വരുമ്പോ എങ്ങനെയാണാവ്വോ.."

മാഷ് പതുക്കെ കുടനിവർത്തി. അപ്പോൾ പുറകിൽനിന്ന് അവുള്ള എന്തോ പറയാൻ തുടങ്ങുന്നു.

"എന്താ, അവുള്ള-"

"ഒന്നൂല്ലാ, ഇങ്ങളെ ഈ വീട്ട്ച്ചെന്ന്ള്ളെ റ്റ്യൂശനെടുപ്പ്ണ്ടല്ലോ, മാശേ-അതൊര് ഇമാറ്കെട്ട സങ്ങത്യാ. അയിന്റെ കാലേല്ലം കയിഞ്ഞി മാശേ..

ശൗരം ചെയ്യാഞ്ചെല്ല്ന്ന ഒസ്സാനപ്പോല്യല്ലാ, മാശമ്മാറ്.

റ്റ്യൂശനെട്പ്പിന് ഒര് വെലകിട്ടണേങ്കല് അങ്ങാടീലൊര് മുറിയെട്ക്കണം. എന്നിറ്റ് ആട്[1] ബെലിയോര് ബോഡ് ബെക്കണം - "ദാമോദരൻമാശെ റ്റ്യൂശനെടുപ്പ് കേന്ന്റം-" ന്ന്

ദാമോദരൻ മാഷ് മുഖം തുടച്ചു. അവുള്ള കുറ്റിത്താടിയിൽ ചൊറിഞ്ഞു കൊണ്ടിരുന്നു.

"ഇങ്ങക്കൊരു പീട്യ വാടകയ്ക്ക് തരപ്പെട്ത്തിക്കൂടെ, മാശേ? ഇപ്പളാണെങ്കില് തോട്ടുംകരേല് പുതിയ എടുപ്പുകളൊക്കെ വന്നോണ്ടിരിക്കവല്ലേ."

നടത്തയിൽ ദാമോദരൻ മാഷിന്റെ മനസ്സ് അവുള്ളയോടൊപ്പം സഞ്ചരിച്ചു.

മാഷ് വേഷ്ടി വലിച്ചുകയറ്റി വേഗത്തിൽ നടന്നു. അയാൾ പുസ്തകസഞ്ചിയുമായി കോണികയറി വരുന്ന കൊച്ചുകുട്ടികളുടെ ചിരികേട്ടു. മണികിലുക്കം കേട്ടു-

അയാം ഗോയിങ്.. യുആർ കമിങ്, വീ ആർ.

തോട്ടുംകരയിൽ ചന്തമ്മന്റെ ചായപ്പീടികയോട് ചേർന്നു പണിതീർന്നുകൊണ്ടിരിക്കുന്ന പുതിയ കെട്ടിടത്തിലേക്ക് മാഷ് ഉത്സാഹത്തോടെ

---

1. അവിടെ

നോക്കി. പെട്ടെന്ന് മാഷൊന്നു തരിച്ചുനിന്നു.

രണ്ടാം നിലയിൽനിന്ന് താഴെ ചെന്തമരിയിലേക്ക് വലിച്ചൊരു ബാനർ കെട്ടിയിരിക്കുന്നു.

"സഫല കോളേജ് ഓഫ് ആർട്സ് ആന്റ് സയൻസ്."

മാഷ് കണ്ണുകൾ ഇറുക്കി ചിമ്മിത്തുറന്ന് അടിയിലെ അക്ഷരങ്ങൾകൂടി വായിച്ചു:

ഒന്നു മുതൽ അഞ്ച് വരെ സ്പെഷ്യൽ ട്യൂഷൻ, ഇംഗ്ലീഷിന് പ്രത്യേകം...

പത്താം ക്ലാസിനും പ്ലസ് ടൂവിനും...

കണ്ണടച്ചില്ലിൽ മൂടൽമഞ്ഞ് പടർന്നു. ഉള്ളിലൊരു ചൂണ്ടകുരുങ്ങി വലിയുന്നപോലെ..

കാഞ്ഞിരമരത്തിലെ പൊത്തുകൾ

അവധൂതന്റെ മരണം തോട്ടുംകരയുടെ കാലപരിഗണനകളെ രണ്ടായി പകുത്ത സംഭവമായിരുന്നു. അതിന്റെ ചരിത്രവഴികൾക്കുമപ്പുറത്തെ ഗതകാലസ്മരണകളുമായി പൊന്നാറത്ത് പറമ്പിലെ കാഞ്ഞിരമരം തലമുറകൾക്ക് മുമ്പിൽ തിടംവച്ചുനിന്നു. വർഷവും വേനലും വരൾച്ചയും പ്രളയവും അതിന്റെ തടിയിലും തായ്‌വേരുകളിലും സ്മൃതികളായി കാലപ്രമാണം ചെയ്തുനിന്നു. അങ്ങനെ കാഞ്ഞിരമരത്തിന്റെ തടി മുരടിക്കുകയും ഇലകൾ കുഞ്ഞിപ്പാത്തുവിന്റെ ആറാംവിരലുകൾപോലെ വിരിയാൻ കൂട്ടാക്കാതെ നിലച്ചുപോവുകയും ചെയ്തു. എന്നിട്ടും വിടർന്നുനിന്ന തിരിണിയിലെ അഞ്ചാറ് ഇലകളെ ലക്ഷ്യം വച്ച് കറുത്ത കുനിയനുറുമ്പുകൾ കയറിപ്പോകുന്നതും നോക്കി രാധിക നിന്നു. കയറിച്ചെല്ലാൻ മാത്രം മരത്തിന് അത്രയേറെ ഉയരമുണ്ടായിരുന്നില്ല. അതിന്റെ വിണ്ടുകീറിയ മുരടിനുചുറ്റും ഏതോ പുരാതനമായ നിർമ്മിതിയെ ഓർമ്മിപ്പിക്കുന്നപോലെ ഉറുമ്പുകൾ ചുവന്ന പൊടിമണ്ണുകൊണ്ട് കൂന തീർത്തിരുന്നു. വർഷകാലങ്ങളിൽ ഇവ അപ്രത്യക്ഷമാവുകയും പകരം മരത്തിന്റെ ഇടുങ്ങിയ തുടയിടുക്കിലൂടെ ജന്മപാപംപേറുന്ന പുറ്റുകളായി അവ പുനർജ്ജനിക്കുകയും ചെയ്തുകൊണ്ടിരുന്നു.

അതിന്റെ വക്ഷസ്ഥലങ്ങളിൽ ദീർഘവൃത്താകാരത്തിലുള്ള അനേകം വടുക്കളും വടുക്കളിൽ വർണ്ണപ്പകർച്ച ബാധിച്ച കീടങ്ങളുമുണ്ട്. അവയിൽ പൂപ്പലുകളുടെ നിത്യമായ നനവുണ്ടായിരുന്നു. അതിൽ വിരൽനഖംവച്ചു കോറിയിട്ടായിരുന്നു പണ്ട് രാധികയും ജയശ്രീയും സ്വന്തം പേരുകൾ കുറിച്ചിട്ടത്. കൂട്ടത്തിൽ ചേച്ചി കോറിവച്ചത് മാത്രം മാഞ്ഞും പൊളിഞ്ഞും ഇല്ലാതായിപ്പോയിട്ടുണ്ട്.

കാഞ്ഞിരമരത്തിന്റെ പരുക്കൻ തൊലിപ്പുറങ്ങളിലൂടെ വരിവച്ച് കയ

റിപ്പോയ ഉറുമ്പുകളിൽ പലതും പാതിവഴിയിൽ ഉത്സാഹംവെടിഞ്ഞ് തിരികെപ്പോരുന്നത് രാധിക കൗതുകത്തോടെ നോക്കി. തിരികെപ്പോരുന്നവയ്ക്ക് മണ്ണിന്റെ ആഴങ്ങളിലേക്ക് ഇറങ്ങിച്ചെല്ലാൻ മരത്തിന്റെ നാഭിച്ചുഴിയിലൊരു നാളമുണ്ട്. അതുവഴി ഇറങ്ങിപ്പോയവയൊന്നും പിന്നെ തിരികെ വന്നുകണ്ടില്ല. അഥവാ വന്നിട്ടുണ്ടെങ്കിൽത്തന്നെ അവയെ തിരിച്ചറിയാനും കഴിഞ്ഞിട്ടില്ല. അവ പൊന്നാരത്ത് തറവാട്ടിൽനിന്നും പലകാലങ്ങളിൽ പടിയിറങ്ങിപ്പോയവരെപ്പോലെ.

മുകളിലോട്ട് കയറിപ്പോയ ഉറുമ്പുകളിൽ പലതിനും മുകളറ്റംവരെ ചെല്ലാൻ ധൈര്യമില്ലായിരുന്നു. ചെന്നവയാകട്ടെ ശിഖരത്തിലെ കടുംപച്ച നിറത്തിലുള്ള ഇലകളുടെ മിനുമിനുപ്പിന് മുൻപിൽ അറച്ചു നിന്നു. എന്നിട്ടും മുൻപോട്ട് നീങ്ങിയ ഉറുമ്പുകൾ ഇലകളുടെ ചരിഞ്ഞുതാണ പ്രതലങ്ങളിൽ കാലുറപ്പിക്കാൻ കഴിയാതെ താഴേക്ക് ഊർന്നുവീണു.

അവയ്ക്ക് എങ്ങും ഒരാശ്രയവുമില്ലായിരുന്നു. അവ കാറ്റിൽ കറുത്ത ധൂളികൾപോലെ പാറിവന്ന് നിലംപൊത്തിക്കിടന്നു. പിന്നെ പതുക്കെ നിവർന്ന് കീഴെ പുറ്റിനെ ലക്ഷ്യംവച്ചുനടന്നു. അവയെനോക്കി രാധിക ചിരിച്ചു:

“എന്തിനാ ഇത്രേംബുദ്ധിമുട്ടി അങ്ങറ്റംവരെ ചെന്ന് കയറാൻ പോയത്?”

അവ രാധികയുടെ മുഖത്ത് നോക്കാതെ കടുകുമണിയോളം പോരുന്ന തലകളിളക്കി പുറ്റിലേക്കിറങ്ങി. അവയ്ക്ക് അവയുടെ താവളങ്ങളിലേക്ക് തിരകെച്ചെല്ലാൻ ഒരുവിഷമവുമുണ്ടായിരുന്നില്ല. അവയെ തിരികെ സ്വീകരിക്കാൻ സംഘത്തിന് വൈമനസ്യവുമുണ്ടായിരുന്നില്ല. അതിനാൽ അവ തിരിച്ചറിയാൻ വയ്യാത്തവിധം, അടയാളങ്ങളൊന്നും അവശേഷിപ്പിക്കാതെ, മാതൃസംഘത്തിൽ വിലയം പ്രാപിച്ചു.

ദശാബ്ദങ്ങൾക്കുമുമ്പ്,
താൻ ജനിക്കുന്നതിനുമെത്രയോ മുമ്പ്-
രാധിക ഓർക്കുന്നു:

അജ്ഞാതൻ ശാപകുടീരങ്ങളിൽ വിലയംപ്രാപിച്ച് വിസ്മൃനായി പിന്നെയും പത്തിരുപതുകൊല്ലം പിന്നിട്ടപ്പോഴാണ് കിടക്കപ്പായും ചുരുട്ടിവച്ച്, അതിനുമുകളിൽ പുതപ്പും മടക്കിവച്ച് നിസ്വനായി ഒരുമനുഷ്യൻ പൊന്നാരത്ത് തറവാട്ടിൽനിന്നും ഇറങ്ങിപ്പോയത്. അത് സ്വാതന്ത്ര്യം ലഭിച്ച് പിന്നെയുമേറെ വർഷങ്ങൾക്ക് ശേഷമായിരുന്നുവെന്ന് രാധിക പറഞ്ഞു കേട്ടിട്ടുണ്ട്.

പിറ്റേന്ന് പ്രഭാതത്തിൽ ചുരുട്ടിവച്ച പായും പുതപ്പും കണ്ട് മുത്തശ്ശി നെഞ്ഞത്തടിച്ചു കരഞ്ഞു:

“എന്റെ മോൻ...”

അന്ന് വല്യച്ഛനെ കണ്ടുപിടിക്കാൻ നാട്ടിലും മറുനാട്ടിലും കാദറിക്ക പാർട്ടിവഴിക്കും അല്ലാതെയും അനേകം ശ്രമങ്ങൾ നടത്തിയിരുന്നു പോലും.

പക്ഷേ, വല്യച്ഛൻ എവിടെയുമില്ലായിരുന്നു.

വല്യച്ഛൻ അധികാരം കൊയ്തെടുക്കാനുള്ള ധാർഷ്ഠ്യവുമായി ഏതൊക്കെയോ ഒളിത്താവളങ്ങളിൽ മാറിമാറി സംഘം കൂട്ടുകയായിരുന്നുവെന്ന് വർഷങ്ങൾക്ക് ശേഷം അച്ഛൻ പുച്ഛത്തോടെ പറയുമായിരുന്നു. അപ്പോഴും മുത്തശ്ശിയുടെ അടുപ്പിൽ ഒരുപിടി അരി വെന്തുകിടന്നു.

അങ്ങനെ അകത്തളങ്ങളിലെ കഥകൾ കേട്ടുകേട്ടു രാധിക വളർന്നു...

പിന്നെയും വയലിന്റെ വിശാലതയിലൂടെ പുകമഞ്ഞ് പാറിനടന്നു.

അങ്ങനെയൊരുനാൾ ഉദയേട്ടൻ ജയിലിലായി. പന്ത്രണ്ട് കൊല്ലമെന്നതിൽനിന്ന് കുറച്ചെന്തൊക്കെയോ ഇളവുവന്നിട്ടുണ്ടെന്ന് ആരൊക്കെയോ പറഞ്ഞുകേട്ടിരുന്നു. എന്നിട്ടും ഇതുവരെ ഉദയേട്ടൻ വന്നില്ല.

എന്നും സന്ധ്യമയങ്ങുന്ന നേരത്ത് ട്യൂഷനൊക്കെ കഴിഞ്ഞ് അച്ഛൻ തിരികെയെത്തുമ്പോൾ മകനെക്കുറിച്ച് ആങ്ങളയ്ക്കെന്തെങ്കിലും വിവരമുണ്ടോ എന്നറിയാൻ ഒരമ്മ കണ്ണീരൊതുക്കി പടിപാതിമറഞ്ഞു കാതോർത്തു നില്ക്കുന്നു.

“ഒരു വിവരോം കിട്ടീല്ല, ആരും ഒന്നും പറഞ്ഞുകേട്ടതൂല്ലാ.”

എല്ലാറ്റിനും അവസാനം കോളേജിൽ ജോലികിട്ടി ജയശ്രീച്ചേച്ചി ഇറങ്ങിയതാണ്.

പലതവണ മുത്തശ്ശി പറഞ്ഞു - ഒന്ന് ചെന്നുനോക്കി വരാൻ.

“നടക്കില്ല..”

അച്ഛൻ പറയുന്നു. “പോണം, ചെന്നൊന്ന് നോക്കണം എന്ന് വിചാരിച്ചാൽപ്പോലും പോവാൻ കഴിയില്ല. ഇവിടെനിന്ന് ഇറങ്ങിപ്പോയവരാരും തിരിച്ചു വരുംന്നൊട്ട് വിചാരിക്കേം വേണ്ട..”

“ഒക്കെ ഓരോ നിയോഗാണ് മക്കളേ. ദൈവഹിതം.” ഒടുക്കം മുത്തശ്ശിയും സമാധാനിക്കുന്നു.

കാഞ്ഞിരമരക്കീഴിൽ വെയിൽനാളം ചുവന്നുമറയുന്നതും നോക്കി രാധിക തിരികെ മുറ്റത്തേക്ക് നടന്നു.

നിയോഗങ്ങൾ

ഏഴിലംപാലയുടെ മറവിൽനിന്ന് താഴേക്ക് പറന്നിറങ്ങിയ സൂചിമുഖിപ്പക്ഷി ചിറകടിച്ച് പിന്നെയും വായുവിൽ ഉയർന്ന് മരച്ചാർത്തിലേക്ക് മറഞ്ഞുനില്ക്കുന്നത് കണ്ട് ഇസ്മായിൽ ചിരിച്ചു. അവന്റെ ചിരിയിൽ പക്ഷി കൊഞ്ഞനംകുത്തി. അവൻ തോട്ടുവക്കിലെ ചളിക്കട്ടയെടുത്ത് പക്ഷിയെയെറിഞ്ഞു, പക്ഷി വാലിട്ടിളക്കി ചൂളംകുത്തി പരിഹസിച്ച് പറന്നുകളഞ്ഞു.

ഇസ്മായിൽ പൊട്ടിപ്പൊട്ടിച്ചിരിച്ചു. പിന്നെ തോട്ടുവക്കിലൂടെ നടന്നു.

ഒസ്സാനവുള്ളയുടെ ക്ഷൗരക്കടയിൽ പതിവുവൃദ്ധസംഘം എത്താറാവുന്നതേയുള്ളു. വെറുതെയിരിക്കുന്നതിന്റെ മുഷിവിൽ ക്ഷുരകൻ വട്ടക്കണ്ണാടി പിടിച്ച് മൂക്കിലെ രോമം കത്രിച്ചുകൊണ്ടിരിക്കുകയാണ്. അയാൾ ഇസ്മായിലിനെക്കണ്ടു.

"ബാ.."

ഇസ്മായിൽ ക്ഷൗരക്കടയുടെ തൂണിൽ പിടിച്ചുനിന്നു.

"ഇനിക്ക്[1] മുടികളേണോ?"

"ങ്ഉം."

"എന്നാ ബാ.." ക്ഷുരകൻ മൂട്ടിയമുണ്ട് തെറുത്ത് മുട്ടോളംകയറ്റി...

"എന്റേട്ത്ത് പൈസേല്ല.."

അതുകേട്ട് ക്ഷുരകൻ ചിരിച്ചു. തോട്ടുംകരവയലിൽ പോക്കുവെയിലും ചിരിച്ചു.

അയാൾ ബെഞ്ചിൽ നീങ്ങിയിരുന്നു. അയാൾക്ക് അഭിമുഖമായി ഇസ്മയിലുമിരുന്നു. ക്ഷുരകനും ഇസ്മയിലിനുമിടയിൽ കറുത്ത തുണിസഞ്ചി ചിലച്ചു.

---

1. നിനക്ക്

ക്ഷണനേരംകൊണ്ട് ഇസ്മായിലിന്റെ തല പാമ്പിന്റെവായിൽ കുടുങ്ങിയ തവളയെപ്പോലെ ക്ഷുരകന്റെ കാൽമുട്ടുകൾക്കിടയിൽ പൂണ്ടു. അവന്റെ തലയിൽ ക്ഷുരകൻ വെള്ളംതൊട്ട് പതംവരുത്തി.

ഇപ്പോൾ തലയിളക്കാൻ കഴിയാതെ ഇസ്മയിൽ ഇരിക്കുകയാണ്. അവന്റെ തലയിൽ കറകറശബ്ദത്തിൽ മുടിക്കത്തി നീങ്ങവേ, ഒസ്സാനവുള്ളയുടെ മൂട്ടിയ മുണ്ടിനകത്ത് പുഞ്ചച്ചാലിലെ ചേറുമീനിനെപ്പോലെ എന്തോഒന്ന് തലയിളക്കി നിവരുന്നത് അവനറിഞ്ഞു.

മുടികളഞ്ഞു തെളിഞ്ഞ പുതുമൊട്ടയിൽ അവുള്ള ശെയ്ത്താന്റെ കല്ലുവച്ചുരച്ചു. അതിന്റെ നീറ്റലിൽ ഇസ്മായിൽ തലതടവി. പണ്ടേതോ മലവെള്ളമൊഴിഞ്ഞ കാലത്ത് പുഞ്ചച്ചാലിൽനിന്ന് വല്യുമ്മ പൊക്കിയെടുത്ത് കാലുരച്ച് കഴുകാൻ സ്ഥാപിച്ച ഉരുളൻകല്ലിന്റെ പരുപരുത്ത മിനുസം. അവനത് ആസ്വദിച്ചുംകൊണ്ട് പീടികക്കോലായിലെ തൂണിനരികെ നിന്നു.

"പോയിക്കോ." അവുള്ള പറഞ്ഞു. "പോന്നബയിക്ക് മുട്ടായി മാങ്ങിത്ത്ന്നോ." അവുള്ള നീട്ടിയ അഞ്ചുറുപ്പികയുടെ ഒറ്റനാണയം അവൻ അറച്ചറച്ചാണെങ്കിലും വാങ്ങിച്ചു.

ഇസ്മായിലിന്റെ മൊട്ടത്തല കണ്ട് പുഞ്ചച്ചാലിലെ ചേർമീനുകൾ ചിരിച്ചു. നെറ്റിയിൽ പൊട്ടുള്ള പരലുകൾ നാണംപൂണ്ടു. ചെളിത്തട്ടിൽ തലപൊക്കിയ ബ്രാലുകൾ കുണുങ്ങി മുഖംതാഴ്ത്തി. കുഞ്ഞിപ്പാത്തു കൈകൊട്ടിച്ചിരിച്ചു. കദീശുമ്മ മാത്രം മിണ്ടാതെയനങ്ങാതെ നിന്നു..

അവരുടെ കണ്ണുകൾ പതിയെ നനഞ്ഞു. പണ്ട്, പത്തുപതിനാല് കൊല്ലം മുമ്പ്-

കദീശുമ്മ ഓർക്കുന്നു: അലങ്കരിച്ച് കുലവാഴകൾകെട്ടി തോരണകൾ പറപ്പിച്ച് ചന്ദനം വാരിപ്പൂശിയ ചെന്താമരാക്ഷൻ ബസ് പാലമരത്തിനരികിലെ പുതിയ കോൺക്രീറ്റുപാലം കടന്ന് തോട്ടുംകരയിലേക്ക് ആദ്യമായി പ്രവേശിച്ച ദിവസം.

ആകാശ മേലാപ്പിൽ നിറക്കൂട്ടുകൾ വിടരുകയും വർണ്ണക്കുടകളും വെള്ളരിപ്രാവുകളും പറന്നുയരുകയും ചെയ്തനേരത്ത്, അപ്പോഴാണ് കുഞ്ഞിപ്പാത്തുവിന് "നൊമ്പലം" തുടങ്ങിയത്.

വിവരമറിഞ്ഞപാടെ കുറുപ്പിന്റെ വീട്ടിലെ ചാരുകസാലയുമായി സഖാക്കൾ കദീശുമ്മാന്റെ കോലായിലെത്തി. അപ്പോൾ കദീശുമ്മ പേറ്റിച്ചിപ്പാറുവിനെയും തിരഞ്ഞ് പുഞ്ചച്ചാലിനക്കരയ്ക്ക് പോയിരിക്കുകയായിരുന്നു. പാറു കാലിൽ ഉരലുവീണ് കിടപ്പാണ്.

പിന്നെയുള്ളത് വയലിനക്കരെ കുഞ്ഞിച്ചീരുവാണ്. അവർ കുഞ്ഞിച്ചീരുവിനെ തേടിയിറങ്ങാൻ നേരത്ത് സഖാക്കൾ വയലിറങ്ങിച്ചെന്ന് കദീശുമ്മയെ തിരികെ വിളിച്ചു:

"വെരീനുമ്മാ.. ഓള ഞാളാസ്പത്രീലെത്തിച്ചോളാം."

കുഞ്ഞിപ്പാത്തുവിനെ ആസ്പത്രീലെത്തിക്കാൻ ചെന്താമരാക്ഷനെ

സഖാക്കൾ പിടിച്ചുനിർത്തിയിരുന്നു. അങ്ങനെ ബസിന്റെ കന്നിമടക്കയാത്രയിൽ സഖാക്കളുടെ ഉത്സാഹത്തിൽ വടകര ധർമ്മാസ്പത്രിയിലെത്തിച്ചതായിരുന്നു കുഞ്ഞിപ്പാത്തുവിനെ. കൂടെ ഗോപാലക്കുറുപ്പും കണ്ണേട്ടനുമൊക്കെ ബസിലുണ്ടായിരുന്നു. അങ്ങനെ ജനിച്ച മോനാ, ഇസ്മെയില്.

"അവനാണിപ്പോ തന്നിഷ്ടത്തിന് തല മൊട്ടയടിച്ച് വെറുമൊരു മാപ്പിളക്കുട്ട്യായിറ്റ്.."

കദീശുമ്മ കണ്ണുകളൊപ്പി.

പ്രഭാതനിശ്ശബ്ദതയെ കീറിമുറിച്ച് ഇബ്റായി മൊയില്യാർ സുബഹി വാങ്ക് വിളിച്ചു. മൊയില്യാരുടെ ശബ്ദം കേട്ട് കദീശുമ്മ പാതിമയക്കത്തിൽ നിന്നുണർന്ന് കാതോർത്തു.

മൊയില്യാർക്ക് സുഖമില്ലെന്ന് പറഞ്ഞത് ചന്തമ്മനായിരുന്നു.

തോട്ടുംകരവയലിൽ മകരമഞ്ഞ് പുകപോലെ പരന്നുനീങ്ങിയ ഒരു മയിമ്പിന് വാങ്കുംവിളിച്ച് മഗരിബും നിസ്കരിച്ച് പുറത്തിറങ്ങിയതായിരുന്നു മൊയില്യാർ. നിന്നനില്പിൽ മൊയില്യാർക്കൊരു ശീക്ക് തോന്നി പതുക്കെ ചന്തമ്മന്റെ പീടികയിൽ കയറി. അവിടന്ന് പതിവുപോലെ ഒരു കാലിച്ചായയ്ക്ക് കാത്തിരുന്നപ്പോഴുണ്ട് മൊയില്യാർ ബെഞ്ചിൽനിന്നും മറഞ്ഞുമറഞ്ഞു പോകുന്നു. കൈയിലെ ചായഗ്ലാസും വച്ച് ചന്തമ്മൻ മൊയില്യാറെ താങ്ങിക്കിടത്തിയതുകൊണ്ട് ഒന്നും പറ്റിയില്ല. പിന്നെ ആരൊക്കെയോ അയാളെ കസാലയിലിരുത്തിക്കൊണ്ടുപോയി സുഭാഷ് ഡോക്ടറെ കാണിച്ചു. അതുകഴിഞ്ഞിതുവരെ മൊയില്യാരല്ലായിരുന്നു വാങ്ക് വിളിച്ചത്. ഇപ്പോൾ വീണ്ടും മൊയില്യാരുടെ ശബ്ദം കേൾക്കുമ്പോൾ കദീശുമ്മയ്ക്ക് എന്തോ ഒരു സമാധാനം പോലെ.

പണ്ട്, കദീശുമ്മ കടവത്തൂര് മദ്രസയിൽ പോയിരുന്ന കാലത്ത് കൂട്ടത്തിൽ ഏറ്റവും മുതിർന്നകുട്ടി അയാളായിരുന്നു. ഇബ്റായി. അവൻ തോട്ടത്തിൽ അസ്സൈനാറിന്റെ മകൻ. അസ്സലായിട്ട് പഠിക്കും.

ഓത്തുമുഴുവൻ അവന് മനഃപാഠമായിരുന്നു. അവനെ ചേർത്തുപിടിച്ചു മൗലവി പറയും: "ഇവനെ നോക്കി പടിക്കീം ബലാല്ങ്ങളേ-".

കദീശുമ്മയ്ക്ക് പക്ഷേ, വയസ്സറിയിച്ചകാലംവരെയുള്ള കഥകളേ അറിയൂ. അതോടെ അവർ മദ്രസയിൽ പോക്ക് നിർത്തി. പിന്നീട് അവർ ഇബ്റായിയെ കണ്ടിട്ടില്ല.

പക്ഷേ, ഇബ്റായി കദീശൂനെ കണ്ടുകൊണ്ടിരുന്നു. അവളെ കാണാൻ അവൻ പലപ്പോഴും പല കാരണങ്ങളുണ്ടാക്കി കടവിനടുത്തും കൊപ്രക്കളത്തിന്റെ മറവിലുമൊക്കെ ചെന്നുനിന്നു.

കടവത്തൂരിലെ പ്രായംചെന്ന മാപ്പിളമാർ ഇബ്റായിയുടെ ഒളിച്ചും പാത്തുമുള്ള നില്പിലും നോട്ടത്തിലും പന്തികേട് കണ്ടു. അവർ അവനെ ഉപദേശിച്ചു:

"ഇബ്റായീ, വെലിയ മുട്ട്ണ്ടെങ്കില് നേരെചെന്ന് ബാപ്പാനോട് പെണ്ണ്

കെട്ടിച്ചു തരാമ്പറയ്യെടാ. അല്ലാണ്ട്ളെള ഈ കളീണ്ടല്ലാ, അത് ശരീരം കേടാക്ക്ന്നതാ-"

ഇബ്റായി പിന്നെ കടവിലും കൊപ്രക്കളത്തിലും വന്നില്ല. പാത്തും പതുങ്ങിയും നിന്നതുമില്ല. ഇബ്റായി നടന്നു. പാറക്കടവിലെ ഉരുളൻക ല്ലുകളും നീരൊഴുക്കിന്റെ സംഗീതവും അവൻ ഗൗനിച്ചില്ല.

പിറ്റേന്ന് അവന്റെ ബാപ്പ തോട്ടത്തിൽ അസ്സൈനാർ അരപ്പട്ടയിലെ നൂറുറുപ്പികയുടെ കുറവു കണ്ടുപിടിച്ച് കെട്ട്യോളോട് പറഞ്ഞു: "മ്മളെ മോൻ ബയിക്ക്ന്ന് ബെള്ളം കുടിക്കാണ്ടായിപ്പോവൂല്ല.."

അയാൾ തുടർന്നു; "നാളെ ദുനിയാവ് തിരിഞ്ഞ്തിരിഞ്ഞ് വെരുമ്പോ ഓനും തിരിച്ച്ബെരും. ചെലപ്പോ വെലീയ്യെ പൈശക്കാരനായിറ്റായിരി ക്കും. അല്ലേങ്കല് പെർത്ത് നല്ലോനായിറ്റ്, പടച്ചോന്റെ കൃഫയോടെ."

വാപ്പയുടെ വിശ്വാസത്തെ രക്ഷിച്ചുകൊണ്ട് വർഷങ്ങൾക്കുശേഷം അവൻ വന്നു. വന്നത് തോട്ടുംകരയിലേക്കായിരുന്നു.

അപ്പോഴേക്കും കദീശുവിനെ കാദറ്ക്ക കെട്ടിക്കഴിഞ്ഞിരുന്നു. പിന്നെ കദീശുമ്മ കുഞ്ഞിപ്പാത്തുവിനെ പ്രസവിക്കാൻ കടോത്തൂര് ചെന്നപ്പോ ഴാണറിയുന്നത് ഇബ്റായി മൊയില്യാർ തോട്ടുംകര സ്രാമ്പിയിലുണ്ടെന്ന്. സത്യത്തിൽ കദീശുമ്മയ്ക്ക് മൊയില്യാരെ ഒന്ന് കാണണമെന്നും കണ്ട് വിശേഷം അറിയണമെന്നുമൊക്കെ ഉണ്ടായിരുന്നു. വെറുതെ, ഒന്നൂല്ലേലും ഒരു കടോത്തൂർകാരനല്ലേ.. ഒന്നിച്ച് മദ്രസയിൽ പഠിച്ചതല്ലേ..

പക്ഷേ, എല്ലാം അറിയാമായിരുന്നിട്ടും ഇബ്റായിമൊയില്യാർ ഒരി ക്കൽപ്പോലും കദീശുമ്മയെ കാണാൻ വന്നില്ല. കദീശുമ്മയെക്കുറിച്ച് ആരോടും അന്വേഷിച്ചതുപോലുമില്ല. പലപ്പോഴും ഈടുംമുട്ടും കണ്ടിട്ടും കാദറിക്കയുടെ മുഖത്തൊന്ന് നോക്കിയതുപോലുമില്ല. അങ്ങനെയങ്ങനെ കദീശുമ്മയും മൊയില്യാരെ ഗൗനിക്കാതായി.

പക്ഷേ ഇപ്പോൾ, മൊയില്യാർക്ക് സുഖമില്ലായിരുന്നു എന്നറിഞ്ഞ പ്പോൾ, അവർക്ക് മനസ്സിനകത്തൊരു ദുഃഖം. പണ്ട് ഓത്തുപള്ളിയിൽനിന്ന് അക്ഷരങ്ങൾ കൂട്ടിക്കൂട്ടി ഉറക്കെയുറക്കെ വായിച്ച് കൂടെയുള്ള കുട്ടികളെ അതിശയപ്പെടുത്തിയ ഇബ്റായിയുടെ പഴയ ഈണവും ശബ്ദവുമെല്ലാം നഷ്ടപ്പെട്ടുപോയിരിക്കുന്നു. ശബ്ദത്തിനിപ്പോൾ വല്ലാത്ത വിറയൽ, തളർച്ച.

വാങ്ക് അവസാനിച്ചതോടെ കദീശുമ്മ എഴുന്നേറ്റ് വാതിൽ തുറന്നു. അപ്പോഴുണ്ട് താഴെ ചിറചുറ്റി പുഞ്ചച്ചാലിന്റെ കരയോരത്തുകൂടെ ആരോ നടന്നുപോകുന്നു. കദീശുമ്മ ടോർച്ച് ലൈറ്റിന്റെ വെളിച്ചം ശ്രദ്ധിച്ചു കൊണ്ടുനിന്നു.

"ഇതാരാണാവോ ഈ കൊച്ചുവെളുപ്പാൻ കാലത്ത് ഞെക്കുവിളക്കും കത്തിച്ച്..."

അവർ ഇറയത്തിറങ്ങിനിന്നു. അവരെക്കണ്ട് തൊഴുത്തിലെ പശു വിളിച്ചു:

"ഉംമ്പേ.."

തോട്ടുംകരയിൽ ഒരുനാളും മുടക്കം വരുത്തിയിട്ടില്ലാത്ത ചെന്താമ രാക്ഷൻ എന്തുകൊണ്ടോ പതിവുപോലെ ഇന്നലെ രാത്രി കുളിച്ച് അന്തി യുറങ്ങാൻ എത്തിയില്ല. ഒൻപത് മണിയായിട്ടും ബസ് കാണാതിരുന്ന പ്പോൾ ചന്തമ്മൻ ചോറ് വെള്ളത്തിലിട്ടു.

“ചെലപ്പോ ബ്രെയ്ക്ക് പൊട്ടിപ്പോയിട്ട്ണ്ടാവും, മാഷേ.” ചന്തമ്മൻ പറഞ്ഞു.

ദാമോദരൻമാഷ് ടോർച്ച് വിളക്ക് കുത്തിനിർത്തി ബെഞ്ചിലിരുന്നു. ചന്തമ്മൻ സമോവറിൽ കരിയിട്ട് വീശി.

സമോവറിന്റെ കുഴലിന് മുകളിൽ കറുത്ത പുകപൊങ്ങി. അവയ്ക്കി ടയിലൂടെ വാലിൽ തീപ്പിടിച്ച നേർത്ത കരിക്കഷണങ്ങൾ മിന്നാമിനുങ്ങു കളായി പറന്നുനടന്നു.

ദാമോദരൻ മാഷ് പറഞ്ഞു: “ചെലപ്പോ ജയശ്രീ വന്നൂടാന്നില്ല ചന്തമ്മാ.”

എന്നൊക്കെയോ കേൾക്കാൻ കാത്തിരുന്ന ഒരുകാര്യം. അതിന്റെ ഉത്സാഹത്തിൽ ചന്തമ്മൻ മാഷിന്റെ അടുത്തേക്ക് ചെന്നു.

“ഒറപ്പില്ല. രാധികേന്റെ ഭാഗത്ത്ന്ന്-ണ്ടായ ഒരഭിപ്രായാ..

പെൺകുട്ട്യൾക്കല്ലേ, പെൺകുട്ട്യള്ടെ മനസ്സറിയൂ..”

ചന്തമ്മൻ ഒന്നുംപറയാതെ നിന്നു.

“അഥവാ, അത് ശരിയായി വര്വാണെങ്കില് ഒന്നാ റെയിവേസ്റ്റേഷ നില് ചെന്ന് നില്ക്ക്ന്നത് നല്ലതല്ലേന്ന് തോന്നി. അങ്ങന്യാ, ചന്തമ്മാ ഈ നേരംവെളുക്ക്ന്ന നേരത്ത് ടോർച്ചും കത്തിച്ച് എറങ്ങാൻ തോന്ന്യത്..

അപ്പോ നോക്കണേ, ബസില്ല. പാപി ചെന്നേടം പാതാളംന്ന് പറേ ന്നത് വെറ്തെയല്ല ചന്തമ്മാ.”

മാഷ് വേഷ്ടി വലിച്ച് കഷണ്ടിത്തലയിലെ മഞ്ഞുകണങ്ങൾ ഒപ്പി ക്കൊണ്ടിരുന്നു.

“സാരോല്ല, ജീവിതത്തില് എന്തെല്ലാം കണ്ടു, അനുഭവിച്ചു. ഇനിയും എന്തൊക്കെയാ ഭഗവാനേ വെച്ചിരിക്ക്ന്നത്..”

ചന്തമ്മൻ ചൂടോടെ അടിച്ചുവച്ച ചായയിൽ മാഷ് നോക്കിയിരുന്നു.

കുതിരശ്ശങ്കരന്റെ അവതാരരഹസ്യം

പുഞ്ചച്ചാല് കഴിഞ്ഞ് പഴയ മൂന്നടിപ്പാലത്തിന്റെ കീഴിലെത്തുമ്പോൾ താഴോട്ടുള്ള നീരൊഴുക്കിന് ശക്തികൂടും. അവിടംനിറയെ പാറക്കെട്ടുകളാണ്. മഴക്കാലത്ത് കരകവിഞ്ഞ് മലവെള്ളമിറങ്ങുമ്പോൾ പുഞ്ചച്ചാലിലെ മീനുകൾ പലതും ഒഴുക്കിനൊപ്പം പാറക്കെട്ടുകളിറങ്ങി താഴ്ന്നപ്രദേശങ്ങളിലേക്ക് കുതിക്കും.

അത് പുഴയും വയലും തോടും തിരിച്ചറിയാൻ കഴിയാത്ത കാലം.

ഒടുക്കം മലവെള്ളപ്രവാഹം നിലച്ച് കുഴികൾ ഒറ്റപ്പെടുമ്പോൾ തിരികെ കയറിച്ചെല്ലാൻ കഴിയാതെപോകുന്ന നിസ്സഹായജന്മങ്ങൾ..

അങ്ങനെ മഴമാറി, മലവെള്ളം വലിഞ്ഞുതുടങ്ങിയ കാലത്താണ് പാലമരച്ചോട്ടിലേക്ക് തിരിയുന്ന വടക്കേ വളവിൽ ശങ്കരൻ പ്രത്യക്ഷപ്പെടുന്നത്. അവന് തവളയെപ്പോലെ വലിയവായും നിരതെറ്റിയ പല്ലുകളും ചെമ്പൻമുടിയുമായിരുന്നു. അവന്റെ കാലുകൾ കറുത്ത് ശോഷിച്ചിരുന്നു. അവ അകലത്തിൽ കുത്തിനിർത്തിയ രണ്ട് കമ്പുകൾപോലെ...

അവൻ നടക്കുമ്പോൾ പൊതിച്ച കൊട്ടത്തേങ്ങപോലുള്ള കാൽമുട്ടുകൾ പരസ്പരം മുട്ടിയുരുമ്മുകയും വിട്ടകലുകയും ചെയ്യുന്നുണ്ടായിരുന്നു. അവന് തഴുതുപോലുള്ള കൈപ്പലകകളും ഉന്തിയ നെഞ്ചിൻകൂടുമായിരുന്നു...

അവനെക്കണ്ട് ഇബ്റായി മൊയില്യാർ പകച്ചുനിന്നു. അയാളവനെ ആപാദചൂഡം നോക്കി. മൊയില്യാരോടൊപ്പം ഉണ്ടായിരുന്ന ഉസ്മാൻ അവന്റെ അടുത്തേക്കുനീങ്ങി. ഉസ്മാൻ ചോദിച്ചു:

“ഇന്റെ പേരെന്താ?”

അവൻ പേര് പറഞ്ഞില്ല.

“നാഡോ?”

അവൻ നാടും പറഞ്ഞില്ല.

"ഇഞ്ഞിപ്പം എബ്ഡ്ന്നാ വെര്ന്നേ?"

അവന് അതും അറിയില്ല.

അവന് നാടും വീടും പേരും ഒന്നും അറിയില്ലായിരുന്നു.

ഉസ്മാൻ ചുറ്റുംനോക്കി, എന്നിട്ട് പൊടുന്നനെ അവന്റെ അയഞ്ഞ ട്രൗസർ വലിച്ചുതാഴ്ത്തി. അവൻ പെട്ടെന്ന് കുനിഞ്ഞ് അരക്കെട്ട് പൊത്തിപ്പിടിച്ചു. കുനിയുമ്പോൾ അവന്റെ കൊട്ടത്തേങ്ങ മുട്ടുകൾ കൂട്ടിയിടിച്ചു.

അറിയാച്ചെറുക്കന്റെ അശ്ലീലം തൊട്ടുപോയ അറപ്പിൽ ഉസ്മാൻ താഴെയിറങ്ങി കൈകഴുകി-

"ഓനിസ്ലാമല്ല.." ഉസ്മാൻ പ്രഖ്യാപിച്ചു: "അയിന്റെ തെളിവ് ഞമ്മള്യേഡ്ത്ത്ണ്ട്."

തോട്ടുംകരയിലെത്തിയ കാഫറ് ചെറുക്കനെ നാട്ടുകാർ ചങ്കരനെന്ന് വിളിച്ചു. വികൃതിക്കുട്ടികൾ അവനെ കുതിരയെന്ന് വിളിച്ചു.

അങ്ങനെ ശങ്കരൻ കുതിരച്ചങ്കരനായി.

തോട്ടുങ്കരക്കാർ അവനെ ഓമനയോടെ വിളിച്ചു: "കുതിരച്ചങ്കരാ.."

ആ വിളികേട്ട് അവൻ ചിരിച്ചു. ചിരിക്കുമ്പോൾ അവന്റെ വായ വലിഞ്ഞു കാതോളം നീണ്ടു. നിരതെറ്റിയ മഞ്ഞപ്പല്ലുകൾ കറുത്ത മോണയോടൊപ്പം തെളിഞ്ഞു. അവന്റെ കടവായിലൂടെ ഒരുതരം കൊഴുത്ത ദ്രാവകം ഒഴുകിയിറങ്ങി.

"കുതിരയ്ക്ക് മുതിര കൊടുക്കെടാ, മൂത്തോരേ..."

ചന്തമ്മൻ പതിവായി അവന് പ്രാതൽ കൊടുത്തു.

പ്രാതൽ കഴിച്ച് ചായപ്പീടികയിലെ ചട്ടിയും കലവും പുട്ടുകുറ്റിയുമെല്ലാം അവൻ തോട്ടിലിട്ട് കഴുകി..

അവൻ മേശ തുടച്ചു, നിലം തൂത്തു, കഴുകിവെടിപ്പാക്കിയ ചട്ടികൾ തിരിച്ചടുക്കി... അവൻ ബാക്കിച്ചോറിന് കാത്തുനിന്നു.

അവൻ മരണവീടുകളിൽ പാക്ക് മുറിക്കുകയും കല്യാണവീടുകളിൽ ഇല തുടച്ച് കെട്ടിവയ്ക്കുകയും ചെയ്തു. അവൻ രാത്രിയിൽ ചന്തമ്മന്റെ ബെഞ്ചിൽ ഉടുമുണ്ട് പുതച്ച് കിടന്നുറങ്ങി.

അങ്ങനെ ചങ്കരൻ തോട്ടുംകരയിലെ ജീവിതത്തിൽ സന്തോഷംപറ്റിക്കഴിയവേ ഒരുനാൾ ശിപായി കേളുക്കുറുപ്പ് ഒസ്സാനവുള്ളയുടെ കോലായിൽവച്ച് അവന്റെ അവതാര രഹസ്യം പറഞ്ഞു.

കേൾവിക്കാരായി അയാളോളംതന്നെ പ്രായംചെന്ന ചിലരുണ്ടായിരുന്നു. അവർ അസ്തമയത്തിന്റെ നേരത്ത് അല്പം കാറ്റുകൊണ്ട്, ചില്ലറ വെടി പറഞ്ഞിരിക്കാൻ വന്നവരായിരുന്നു. അവർ ചങ്കരന്റെ ജന്മരഹസ്യം കേട്ട് തരിച്ചിരുന്നു.

അവർ ചങ്കരന്റെ ആയുർബ്ബലമോർത്ത് ദൈവത്തെ സ്തുതിച്ചു:

"അല്ലെങ്കിലും വലിയവലീയ്യ പാലങ്ങളാവുമ്പോ അങ്ങിന്യൊക്കെ ചെല ചടങ്ങ്കളുണ്ട്. അയിനായിറ്റ് കള്ള കോൺട്രാക്മാറ് ഇതുപോലത്തെ ഏതെങ്കിലുമൊരു ജന്മത്തിന എബ്ട്ന്നെങ്കിലും തപ്പ്യെടുക്കും.

അല്ലേങ്കല് പാലം ഒറച്ച് കിട്ടൂല്ലാ, ചങ്ങ്യായ്യേളേ."

കേളുക്കുറുപ്പ് വായിലെ മുറുക്കാൻചണ്ടി വായുവിലേക്ക് വലിച്ചു തുപ്പി. അതിലെ ജലരേണുക്കൾ പോക്കുവെയിലിൽ മഴവില്ലുകളായി പുനർജ്ജനിച്ച് മുമ്പിൽ വിരിഞ്ഞുനിന്നു.

ഒസ്സാനവുള്ളയുടെ നിരപ്പലകകളിൽനിന്ന് പിന്നെയും ഉറപ്പൊടികൾ വീണു.

പൊള്ളുന്ന പകലിന് മുകളിൽ കറുപ്പുരാശി പടർന്നു. ആകാശച്ചരിവിൽ കരിമേഘക്കുതിരകൾ നിരന്നു. ഇടിമിന്നലുകളുടെ ഘോരമായ അകമ്പടിക്കിടയിൽ ഇസ്മായിലിന്റെ മൊട്ടത്തലയിൽ മഴത്തുള്ളികൾ തട്ടിത്തെറിച്ചു. കുംഭംമീന മാസങ്ങളിൽ പതിവുള്ള വേനൽമഴ പെയ്തുതുടങ്ങുകയാണ്..

പുഞ്ചച്ചാലിൽ മീനുകളെ നോക്കി നടക്കുകയായിരുന്നു ഇസ്മായിൽ. അവന് കൂട്ടിന് കുതിരച്ചങ്കരനുമുണ്ടായിരുന്നു. അപ്പോഴാണ് മഴത്തുള്ളി മൊട്ടയിൽ വീഴുന്നത്. ഇസ്മായിൽ അത് കൈവച്ച് തുടച്ചു മണത്തുനോക്കി.

"ഒന്നൂല്ല, ബെള്ളം."

മുകളിൽ ആകാശത്തിന്റെ ബണ്ട് പൊട്ടുകയാണ്. മഴ പെയ്തുതുടങ്ങുന്നു...

അവൻ ചങ്കരന്റെ കൈപിടിച്ച് അവുള്ളയുടെ ക്ഷൗരക്കടയിലേക്ക് ഓടി. കട അടഞ്ഞുകിടക്കുകയായിരുന്നു. മഴയിൽ കടയുടെ കോലായി ചോർന്നൊലിക്കുന്നുണ്ട്. അവർ ചാഞ്ഞ നിരപ്പലകകളുടെ വിടവിൽ കയറി ഒതുങ്ങിനിന്നു..

"മയക്കാലം വന്നാല് ഇ്ഞ്ഞേ്യട്യാ കെഡക്ക്വാ?" ഇസ്മായിൽ ചോദിച്ചു.

ചങ്കരന് മറുപടിയില്ലായിരുന്നു.

"ഇപ്പളേട്യാ കെടക്ക്ന്നേ?"

അതിനും അവനൊന്നും പറഞ്ഞില്ല.

"സുന്നത്ത് കയിഞ്ഞിക്ക്ണ്ടേല് ഇന്ന[1] പള്ളീല് കെടക്ക്വായെ മൊയില്യാറ് തമ്മതിക്ക്വേനും."

സുന്നത്ത് എന്നാൽ എന്താണെന്ന് ശങ്കരന് അറിയില്ലായിരുന്നു. അതുകൊണ്ട് അവൻ ഇസ്മായിലിന്റെ മുഖത്തുനോക്കി.

"അത് ആണ്ങ്ങൾക്ക്ള്ള ഒര് സങ്ങത്യാ-"

ഇസ്മായിൽ പറയുകയാണ്: "മൊയില്യാറ് കത്തി അണക്ക്ന്നത് കാണ്മ്പം മ്മക്കൊര് പേടിവെരും. പിന്ന ട്രൗസറ് വെലിച്ച് തായ്ത്തി ഒറ്റ മുറിക്കലൊ... കോയീന മുറിക്ക്ന്ന പോലെ..

ചോരകൊണ്ടൊര് കളിയായിരിക്കും.

അന്നേരം പൊരക്കവുത്ത്[2] ബിരിയാണി ബേള്ന്ന്ണ്ടാവും.

---

1. നിന്നെ
2. വീട്ടിനകത്ത്

പക്കേങ്കല് ബേദനകൊണ്ട് പെഡ്ഡേമ്മം മ്മളതൊന്നും തിരിഞ്ഞ്നോക്കൂല്ലാ."

ഇസ്മായിൽ പറഞ്ഞുകയറുമ്പോൾ ശങ്കരന്റെ മുഖം വിളറിവരികയായിരുന്നു.

നിനച്ചിരിക്കാത്ത നേരത്ത് മൂന്നടിപ്പാലത്തിന്റെ മറവിൽവച്ച് ട്രൗസർ വലിച്ചുതാഴ്ത്തി അശ്ലീലം തൊട്ട ആളിന്റെ രൂപം അപ്പോൾ അവന്റെ മനസ്സിൽ തെളിഞ്ഞുവരികയാണ്.

അയാളുടെ കൈയിൽ അണച്ച കത്തി. അണച്ച കത്തിയുമായി അയാൾ അവന്റെ അടുത്തേക്ക് വന്നുകൊണ്ടിരിക്കുകയാണ്. അടുത്തുവരുന്തോറും കത്തിയുടെ വായ്ത്തല കൂടുതൽക്കൂടുതൽ തിളങ്ങുന്നു.

"ഒടുക്കം നോക്കുമ്പോ ഓറെ[1] കയ്യില് ഒര് കശണോണ്ടാവും, എന്ത്ന്നാന്ന് അറിയ്യോ? അയ്മ്മ ന്ന് മുറിച്ചെഡ്ത്തെ.."

ഇസ്മായിൽ പറഞ്ഞുതീരും മുമ്പേ ശങ്കരൻ നിലത്ത് മൂർച്ഛിച്ചുവീണു. അവൻ നനഞ്ഞ നിലത്ത് കൈകാലിട്ടടിച്ചു. അവന്റെ വായിൽനിന്നും നുരയുംപതയും പുറത്തേക്കൊലിച്ചു. അവന്റെ തൊണ്ടയിൽനിന്നും മുറിവേറ്റ നരിച്ചീറിന്റേതുപോലൊരു ശബ്ദം പുറത്തേക്കുവന്നു.

ഇസ്മയിൽ വിളിച്ചു: "ചങ്കരാ?"

ശങ്കരൻ പിന്നെയും കുറെനേരം അങ്ങനെത്തന്നെ കിടന്നു. പിന്നെ പിടച്ചിൽ നിന്നു. അവന്റെ വായിലെ നുരയും പതയുമടങ്ങി.

"ചങ്കരാ?"

ഇസ്മായിൽ ഇറവെള്ളം പിടിച്ച് അവന്റെ വായിൽ ഉറ്റിച്ചുകൊടുത്തു. അപ്പോൾ അവന്റെ കീഴ്ച്ചുണ്ടിളകി. അവനത് നുണഞ്ഞിറക്കി. ഇസ്മയിൽ പിന്നെയും പിന്നെയും വെള്ളംകൊടുത്തു. പിന്നെ നനഞ്ഞ കൈ അവന്റെ മുഖത്തുകുടഞ്ഞു. അവൻ വിളിച്ചു: "ചങ്കരാ?"

ശങ്കരൻ വിളികേട്ടു, അവൻ കണ്ണുതുറന്നു.

"എന്താ ചങ്കരാ?"

ശങ്കരൻ നിരപ്പലകയിൽ ചാരിയിരുന്നു. അവന്റെ കണ്ണും മുഖവും വെള്ളിലപോലെ വിളറിയിരുന്നു. അവന്റെ വായ വരണ്ടുപോയിരുന്നു...

വേനൽ മഴ തോർന്നു. ശങ്കരന്റെ മുഖം തെളിഞ്ഞുവരുന്നത് ഇസ്മായിൽ അറിഞ്ഞു.

അവൻ പറഞ്ഞു: "ഞാമ്പോവ്വാ.."

"എങ്ങോട്ട്?"

"എങ്ങോട്ടെങ്കിലും.."

ഇസ്മായിൽ അവന്റെ കൈ പിടിച്ചു. "എന്റോടി പ്പോരീ.[2]

എന്റെ വെല്ല്യുമ്മ ചായേണ്ടാക്കിത്തെരും. ചുട്ടെ മരക്കേങ്ങും തെരും"

ശങ്കരൻ ഇസ്മായിലിന്റെ കൂടെ നടന്നു. പുഞ്ചച്ചാലിലെ മീനുകൾ

---

1. അയാളുടെ
2. എന്റെ കൂടെ പോരൂ

അവർ പോകുന്നത് നോക്കിനിന്നു.

പ്രഭാതത്തിൽ തോട്ടുംകരയിൽ ബസ് കയറാനെത്തിയവർ ആൽമര ക്കൊമ്പിലൊരു പുതിയ കൊടി കണ്ടു.

കൊടിക്ക് അവധൂതന്റെ ഉടുവസ്ത്രത്തിന്റെ നിറമായിരുന്നു.

അത് ആൽമരത്തിന്റെ താഴ്ന്നകൊമ്പിൽ പാറിത്തുടിക്കുകയും ചെന്താമരാക്ഷൻ വലംവച്ച് തിരിഞ്ഞുവന്ന കാറ്റിൽ കീഴ്പ്പോട്ടിറങ്ങി തമാശ കളിക്കുകയും ചെയ്തു. അതുകണ്ട് ചങ്കരൻ രസിച്ചു നിന്നു.

"നാട്ടിലിപ്പോ കോങ്കറസും കമ്മൂണിസ്റ്റും അല്ലാത്ത ചെല പാർട്ടി ക്കാറുംകൂടി എറങ്ങീക്ക്ണ്ട്, കുറുപ്പേ.."

വൈകുന്നേരത്തെ പതിവു വൃദ്ധസംഘം ഒത്തുകൂടിയ നേരത്ത് ഒസ്സാ നവുള്ള പറഞ്ഞു.

"അല്ലെങ്കിലും കലികാലത്ത് നാട്ടില് അതുവരെ ഇല്ലാത്ത പലതും കണ്ടൂന്ന്വരു, വുള്ളാ. യദായദാ ഹി ധർമ്മസ്യ.. എന്ന് ഞങ്ങടെ ഗീത പറേന്ന്ണ്ട്. ഗീത പറേന്നത് സത്യാന്ന് വിചാരിച്ചോളാ..

അല്ലാണ്ടിപ്പോ നാട് നന്നാക്കാനാണെങ്കില് ഇപ്പോളെള്ള പാർട്ടികള് തന്നെ പോരേ, അതിനപ്പറത്തെന്തിനാ ഒര് പുതിയത്.

പാർട്ടികളും വിശ്വാസങ്ങളും ഒക്കെ കൂടുമ്പോ നാട്ടില് വിഭാഗീയതേം കൂടും. അതൊക്കെ അവസാനം ചെന്നെത്വ സ്പർദ്ധേലും വിരോധ ത്തിലും കുത്തുമുറീലൊക്കെയാ. സത്യത്തില് അനേകം മതോം പാർട്ടീം ഒക്കെ സൗഹാർദ്ദായിറ്റ് പോന്നെ നാട്ടുകാർക്കെടേല് സമാധാനം കെടു ത്ത്വേ, ള്ളൂ. വിരോധം വർദ്ധിപ്പിക്കും.."

കുറുപ്പ് വയലോരം നോക്കിനിന്നു: "പണ്ട് ഒറ്റ കമ്യൂണിസ്റ്റ് പാർട്ടീ ണ്ടായിർന്നെടത്ത് ഇപ്പോ എത്തരയാ കമ്യൂണിസ്റ്റ് പാർട്ടികള്. ഒക്കെ വാഗ്വാ ദത്തിലാ ഇപ്പോ വിപ്ലവം. കണ്ണുകൊണ്ട് കണ്ടൂടാണ്ടായി."

കുറുപ്പ് നടന്നു, അപ്പോൾ അവുള്ള പിന്നാലെ ചെന്നു. അവൻ കുറു പ്പിനോട് പതുക്കെ ചോദിച്ചു: "അതാരാ കുറുപ്പേ, കുറുപ്പ് പറഞ്ഞ ഗീദ?"

അവുള്ളയുടെ അല്പജ്ഞാനത്തിൽ കുറുപ്പിന് പെട്ടെന്ന് അമർഷം തോന്നി. പൊടുന്നനെ നാവറ്റത്ത് വന്ന നല്ല ഒരു സംസ്കൃതപദം കുറുപ്പ് ഒറ്റയടിക്ക് വിഴുങ്ങി, സംയമനം പാലിച്ചു.

"അല്ല കുറുപ്പേ, ഞാനൊരു കാര്യം ചോയിച്ചോട്ടേ.."

"ഇനിയെന്ത് പൊട്ടത്തരാ, അവുള്ളാ നെനക്കറിയാന്ള്ളത്?"

"അല്ല കുറുപ്പേ, ന്ങ്ങക്കല്ലേ കൂടുതല് അറിയ്വാ, അതുകൊണ്ട് ചോയിക്ക്വാ.."

"ചോദിക്ക്.."

"മ്മളെ മാഷെ മോളില്ലേ, ജയസ്രീ, ഓളെ കല്യാണം കയിഞ്ഞിക്ക് ണ്ടാവ്വോ?"

ഗോപാലക്കുറുപ്പ് പെട്ടെന്ന് പതറി: "ഓള്ടെ കല്യാണോന്നും കഴി ഞ്ഞിറ്റില്ല. വെറ്തെ മ്മളായിറ്റെന്തിനാ ഓരോന്ന് പറഞ്ഞ്ണ്ടാക്ക്ന്ന്."

"നാട്ടില് അങ്ങന്യൊക്കെ ചെല വറത്താനം-ണ്ട് കുറുപ്പേ. അല്ലാണ്ട് ഒസ്സാനവുള്ളയ്ക്ക് ഓളോടെന്തിനാ വെറ്പ്പ്."

പാവം അവുള്ള. ഗോപാലക്കുറുപ്പ് മനസ്സുകൊണ്ട് പൊറുത്തു.

ഓളിപ്പോ[1] ഡോക്ടറ് ഭാഗം പഠിക്ക്വാന്നാ കേൾവി. രണ്ട്മൂന്ന് കൊല്ലത്തെ പഠിപ്പ്ണ്ട്ന്ന്.

അത് കഴിമ്പം ഓള്[2] ഡോക്ടർ ജയശ്രീയാവും. അപ്പോ വേഗത്തില് പ്രിൻസിപ്പാളൊക്കെ ആവാൻ പറ്റും-ന്നാ."

ക്ഷൗരക്കടയിലെ പതിവു സംഘത്തിന് അതൊരു പുതിയ അറിവായിരുന്നു. അവർ കൗതുകത്തോടെ ഗോപാലക്കുറുപ്പിനെ ശ്രദ്ധിച്ചു.

"ഡോക്ടറാവുമ്പോ പിന്ന്യെന്തിനാ, കുറുപ്പേ കോള്ജീപ്പോന്ന്? പയിശേം കൊണ്ട് രോഗ്യേള് പൊരേല് വെരൂല്ലേ."

ചെക്കായിയുടെ സംശയംകേട്ട് വൃദ്ധസംഘം ചിരിച്ചു.

ചിരിയടങ്ങിയപ്പോൾ പഴയ ബിൽകലക്ടർ മൊയ്തു പറഞ്ഞു: "പണ്ട് ഞമ്മളെ പഞ്ചായത്തില് ഒര് സൂപ്രെണ്ട്ണ്ടേനും. സരോശിന്യമ്മ.

ഇങ്ങള് കണ്ടിറ്റ്ണ്ടാവും, നല്ലെ ജേഴ്സിപ്പയ്യിനെപ്പോലെ വെലീയ്യെ മൊലയെല്ലായിറ്റ് ബെള്ത്ത് തടിച്ച ഒര് പെണ്ണ്ങ്ങള്.

ഓറെ[3] മോള്ണ്ടേനും ഇത്പോലെ ഒര് ഡാക്ട്ടറ്. നല്ല ഡീസെന്റ്ള്ളെ കുട്ട്യാ. നല്ലെ ശൊങ്കാ കാണ്വായെ.

ഞാനൊര് ദെവസം ബിജാരിച്ച് എന്റെ ബിയ്യാത്തൂന്റെ ബെള്ളപോക്ക് ഓളെ ഒന്ന് കാണിച്ച്യള്യാന്ന്. ചെന്നപ്പളല്ലേ, അമളി തിരീന്നേ."

ബിൽകലക്ടർ മൊയ്തുവിന്റെ പുളു കേട്ട് വയൽ വരമ്പിലെ വെള്ളക്കൊക്കുകൾ ചിറകു വിടർത്തിച്ചിരിച്ചു. തോട്ടുവക്കിലെ വണ്ണാത്തിപ്പുള്ളുകൾ "പീപീ" വിളിച്ച് ഇലച്ചാർത്തിനിടയിൽ ഒളിഞ്ഞുനിന്നു. പശുക്കിടാങ്ങൾ "ഉംമ്പേ" വിളിച്ചു.

വയലറുതിയിൽ സൂര്യൻ ചെരിഞ്ഞു.

പിറ്റേന്ന് പ്രഭാതത്തിൽ പതിവുപോലെ തോട്ടുംകരയിൽ വന്നവർ ആൽമരത്തിന്റെ താഴ്ന്നകൊമ്പിൽ പാറിത്തുടിച്ച കൊടി കീറിപ്പറിഞ്ഞ് തൂങ്ങിക്കിടക്കുന്നത് കണ്ട് അമ്പരന്നു.

---

1. അവളിപ്പോൾ
2. ഓള് = അവൾ
3. അവരുടെ

രാധിക കത്തെഴുതുകയാണ്

ഇരുളിന്റെ പാളികൾ വകഞ്ഞുകീറി ചെന്താമരാക്ഷൻ അവസാന ട്രിപ്പും പൂർത്തിയാക്കി ചന്തമ്മന്റെ ചായപ്പീടികയ്ക്ക് മുൻപിൽ വന്നുനിന്നു. ബസിൽ നിന്നിറങ്ങാൻ അധികം ആളുകളൊന്നും ഉണ്ടായിരുന്നില്ല. ഉണ്ടായിരുന്നവർ പതിവായി രാവിലെ വടകരയ്ക്ക് പോവുകയും അവസാന ട്രിപ്പിൽ തിരിച്ചുവരികയും ചെയ്യുന്ന പീടികത്തൊഴിലാളികളും കൊപ്രക്കച്ചവടക്കാരുമായിരുന്നു. അവർക്കൊപ്പം അധികമാർക്കും പരിചയമില്ലാത്ത ഒരാൾകൂടി ബസിന്റെ പിൻസീറ്റിലുണ്ടായിരുന്നു.

അയാൾ ഏറ്റവും അവസാനത്തെ ആളായി, എല്ലാവരും ഇറങ്ങിപ്പോവുന്നതുവരെ ക്ഷമയോടെ സീറ്റിൽത്തന്നെയിരുന്നു. അവസാനം ചുരുട്ടിപ്പിടിച്ച നിറംകെട്ട ഒരു സഞ്ചിയുമായി ഇറങ്ങി.

അത് പൊന്നാറത്ത് പറമ്പിലെ ഉദയശങ്കരനായിരുന്നു.

ഉദയശങ്കരനെക്കണ്ട് ചന്തമ്മനും ചെക്കായിയും റോഡിലേക്കിറങ്ങി. അയാളെക്കുറിച്ച് കേട്ടറിവുണ്ടായിരുന്ന കണ്ടക്ടറും ഡ്രൈവറും കിളിയും നോക്കിനിന്നു. ചന്തമ്മൻ മാത്രം അവന്റെ അടുത്തേക്കുചെന്നു.

“വിവരോക്കെ അറീന്ന്ണ്ടെങ്കിലും ഇന്ന്തെന്നെ ഇവിട്യെത്തൂന്ന് ആരും പറഞ്ഞികേട്ടില്ല.”

ചന്തമ്മൻ ഉദയശങ്കരന്റെ കൈപിടിച്ചു: “എപ്പളും കാണ്ന്നെ മാഷും പറഞ്ഞില്ല.”

ഉദയശങ്കരൻ നിർവ്വികാരനായി നിന്നു, പിന്നെ പതുക്കെ നടക്കാൻ തുടങ്ങി.

“എന്തെങ്കിലും കയിച്ചിറ്റ് പോയാപ്പോരേ..” ചന്തമ്മൻ ക്ഷണിച്ചു.

ചന്തമ്മന്റെ ക്ഷണത്തിൽ അയാൾ തിരികെവന്നു. അയാൾക്ക് മുമ്പിൽ കണ്ടക്ടറും ഡ്രൈവറും കിളിയുമിരുന്നു. കിട്ടാത്തതെന്തോ കിട്ടിയപോലെ

അയാൾ ആഹാരം ആർത്തിയോടെ വാരിവാരിത്തിന്നുന്നത് ചന്തമ്മൻ സങ്കടത്തോടെ നോക്കിനിന്നു.

വേനൽമഴയിൽ നനഞ്ഞ വയലോരം വഴുക്കുന്നുണ്ട്.

വഴിയിൽ തെളിയുന്ന നാട്ടുവെളിച്ചത്തിൽ അയാൾ പെരുവിരലമർത്തി നടന്നു. അയാളുടെ കാല്പ്പെരുമാറ്റത്തിൽ പോക്രാച്ചിത്തവളകൾ ചാടിമറഞ്ഞു. നമിച്ചിത്തൊണ്ടുകൾ ചളിയിൽ പൂഴ്ന്നു. കാട്ടുപൊന്തകളിൽ കുരുവിക്കൂട്ടം ചെറുതായൊച്ചവച്ചടങ്ങി.

പൊന്നാറത്ത് പറമ്പിലേക്ക് തിരിയുന്ന കോണിൽ അയാൾ നിന്നു. മുമ്പിൽ രണ്ട് വീടുകളുണ്ട്. രണ്ടിടത്തും ചെറിയ വെളിച്ചവുമുണ്ട്..

ഒരുനിമിഷം എങ്ങോട്ട് പോകണമെന്ന് നിശ്ചയമില്ലാത്തപോലെ അയാൾ അറച്ചുനിന്നു. പിന്നെ തറവാട്ടുമുറ്റത്തേക്ക് നടന്നു. അവിടെ കോലായിൽ മുത്തശ്ശി ഇരിക്കുന്നുണ്ടായിരുന്നു...

പാതിരയോടടുത്ത നേരത്ത് മുത്തശ്ശിയുടെ കട്ടിലിനോടുചേർത്ത് മേശവലിച്ചിട്ട് രാധിക എഴുതുകയാണ്:

പ്രിയപ്പെട്ട ചേച്ചീ,

ഇതാ, അല്പംമുൻപ് ഉദയേട്ടൻ വന്നിരിക്കുന്നു.

വേനൽമഴയിൽ തണുത്തുറഞ്ഞ രാത്രി..

അച്ഛൻ പതിവുപോലെ അത്താഴത്തിന് മുൻപുള്ള ചെറിയ ഒരു മയക്കത്തിലായിരുന്നു. മുത്തശ്ശി മാത്രം കോലായിൽ ഇരിപ്പുണ്ട്. അപ്പോൾ അന്യനായ ഒരപരിചിതനെപ്പോലെ ഉദയേട്ടൻ അറച്ചറച്ച് കയറി വരികയായിരുന്നു, ഏകനായിട്ട്..

വഴിയിൽ അനുഗമിക്കാൻ ആരുമുണ്ടാവരുതെന്ന് നിർബ്ബന്ധമുള്ളത് പോലെയായിരുന്നു വരവ്.

അതിന് വേനൽമഴ ഉദയേട്ടനെ സഹായിക്കുകയും ചെയ്തു.

ഒറ്റക്കാഴ്ചയിൽ കൊച്ചുമകനെ തിരിച്ചറിയാൻ മുത്തശ്ശിക്ക് കഴിഞ്ഞില്ല, ചേച്ചീ.

തിരിച്ചറിയുമ്പോഴേക്കും പുതിയ വീട്ടിൽനിന്നും ഉദയേട്ടന്റെ അമ്മയും എത്തി. മകനെക്കണ്ട് വല്യമ്മ ഒന്നു തേങ്ങിയില്ല, അതിനുമുമ്പേ മോഹാലസ്യപ്പെട്ടു വീണുപോയി. താങ്ങിപ്പിടിക്കാൻ അച്ഛനും ഞാനുമെത്തിയിരുന്നു. അതുകൊണ്ട് വല്യമ്മയെ ഒരു വാടിയ താമരത്തണ്ടുപോലെ പതുക്കെ കിടത്താൻ കഴിഞ്ഞു.

ഈ രാത്രിയിൽ ഇതിൽക്കൂടുതൽ എഴുതാൻ എനിക്കാവുന്നില്ല, ചേച്ചീ.....

മനസ്സ് വേനലിൽ കരിഞ്ഞ് പുറന്തോട് പൊട്ടിയ ഉന്നക്കായപോലെ. ചുറ്റും അപ്പൂപ്പൻതാടികൾ അനാഥമായി പറന്നകലുകയാണ്. അവയുടെ നേർത്തുനീണ്ട സൂര്യവിരലുകളിൽ അനേകമനേകം ഓർമ്മകൾ വലം വയ്ക്കുന്നു. അതിനാൽ, ചേച്ചീ ഞാനീ എഴുത്ത് ഇവിടെ നിർത്തുന്നു.

എന്ന്,
സ്വന്തം അനുജത്തി, രാധിക.

തോട്ടുംകര സ്രാമ്പിയിൽ അഞ്ചുനേരവും മൊയില്യാർ മുടങ്ങാതെ വാങ്ക് വിളിച്ചു. പിന്നെയും പലദിവസം വേനൽമഴ പെയ്തു. നനഞ്ഞ നട വരമ്പുകളിൽ നിന്ന് പോക്രാച്ചിത്തവളകൾ പലവുരു ചളിവെള്ളത്തിലേക്ക് വലിഞ്ഞുചാടി. ആൽത്തറ വലം വച്ച് ചെന്താമരാക്ഷൻ പലവട്ടം തിരിച്ചുപോയി.

ഉദയശങ്കരൻ മാത്രം എവിടേക്കും പോയില്ല, പുറത്തിറങ്ങിയില്ല. അവനെ കാണാൻ തോട്ടുംകര പ്രദേശത്തുനിന്നാരും പൊന്നാറത്ത് പറമ്പിലേക്ക് വന്നതുമില്ല.

അവൻ നിറംകെട്ട കുറ്റിത്തലമുടിയിൽ വിരലോടിച്ച് നിസ്സംഗനായി തറവാട്ടുവീടിന്റെ കോലായിലിരുന്നു. അവന് മുമ്പിൽ ദിനപത്രവും ആഴ്ച പ്പതിപ്പും ചത്തുകിടന്നു.

"ഇഞ്ഞ്യെന്താ ട്യൂഷന് പോന്നില്ലേ, ദാമോദരാ?" മുത്തശ്ശി ചോദിച്ചു.

മനസ്സിൽ തടംകെട്ടിനിന്ന നിർവ്വികാരതയിൽ മാഷ് മറുപടിയൊന്നും പറയാതെ നിന്നു.

പുറത്തിറങ്ങിയാൽ പലർക്കും പലതും ചോദിക്കാനുണ്ടാവും.

"തടിയൊക്കെ എങ്ങനെണ്ട് മാഷേ?"

"കാഴ്ച്ചേല് ചടച്ചിറ്റ്ണ്ടോ?"

ഇല്ല, എന്ന് പറയണോ? അതോ, പത്തുപന്ത്രണ്ട് കൊല്ലം ജെയിലില് സുഖവാസം അനുഷ്ഠിക്കായിരുന്നു-ന്ന് പറയണോ?

തൊണ്ടയടഞ്ഞ കഫം മാഷ് കാർക്കിച്ച് വലിച്ചുതുപ്പി.

പുതിയവീട്ടിൽനിന്ന് പെങ്ങൾ പാത്രത്തിലടച്ചു കൊണ്ടുവരുന്നത് രാവിലെ പതിവുണ്ടായിരുന്ന പഴയ കാലത്തെ ഓർമ്മകളായിരിക്കും. അത് കണ്ണീരുപ്പിട്ട്..

"ഉദയാ, ഈ കഞ്ഞികുടിച്ചിട്ട് പൊക്കോ, മോനേ."

വേണ്ട, അങ്ങനെയൊന്നും ഇനി വിചാരിച്ചിട്ട് കാര്യോല്ല.

ചിതറുന്ന ചിന്തകളെ പണിപ്പെട്ട് അടക്കിനിർത്തി, മാഷ്.

"ഒന്നും പറയരുത്." ഇന്നലെ പാതിരനേരത്ത് ഉറക്കംവരാതെ തിരിഞ്ഞുംമറിഞ്ഞും കിടക്കുന്ന കണ്ട് ഭാര്യ പറഞ്ഞതാണ്. അതുതന്നെയാണ് ശരി.

ദാമോദരൻ മാഷ് തിരികെ കോലായിൽ കയറി. മുറുക്കാൻ ചെല്ലം ചേർത്തുപിടിച്ച് കാലും നീട്ടിയിരിക്കുന്ന അമ്മ കഴുത്തുയർത്തി മകനെ നോക്കുന്നു:

"ഇല്ല, മ്മേ. ഇന്നെവിടെയും പോകുന്നില്ല.."

അമ്മ തലയാട്ടി.

ഇന്നല്ല, ഇനിയൊര് രണ്ട് ദിവസം എവിടേക്കും ഇറങ്ങുന്നില്ല.

ദാമോദരൻ മാഷ് വേഷ്ടി മടക്കി പഴയപടി അയയിലിട്ടു, കുപ്പായത്തിന്റെ കുടുക്കുകൾ അഴിയുന്നു.

മുറ്റത്ത് നിഴലുകൾ നീണ്ട് വിളറിയ നേരത്ത് ഇസ്മായിലിന്റെ കൈപിടിച്ച് കദീശുമ്മ പറമ്പിറങ്ങി. വഴിയരികിൽ പതിറ്റടിപ്പൂക്കൾ വിരിഞ്ഞുനില്ക്കുന്നുണ്ട്.

"എബ്ഡേക്കാ വെല്ല്യുമ്മാ-" അവൻ ചോദിച്ചു. കദീശുമ്മ ഒന്നും പറഞ്ഞില്ല.

നടന്നുനടന്നവർ പൊന്നാറത്ത് പറമ്പിലേക്ക് കയറി.

അവരെക്കണ്ട് ഉദയനെഴുന്നേറ്റു:

"കദീശുമ്മ."

വർഷങ്ങളുടെ അകലങ്ങളിൽ നിന്ന് വിഷാദമായി, ദുഃഖമായി തിടംവച്ചുവന്ന ഓർമ്മകളിൽ ഉദയന്റെ ശബ്ദം അടഞ്ഞുനിന്നു.

"ഇഞ്ഞ്യെത്തീറ്റ്ണ്ട്ന്ന് കേട്ടനേരം മൊതല് ഇരിപ്പൊറച്ചില്ല, മോനേ. ഒന്ന് കാണണം ഒന്ന് കാണണംന്ന് മനസ്സ്..."

കദീശുമ്മ ഉദയന്റെ കൈകൾ ചേർത്തുപിടച്ചു.

"ഇരിക്കീം.." മുത്തശ്ശി പറഞ്ഞു.

ഉദയൻ ഇസ്മായിലിനെ കണ്ണെടുക്കാതെ നോക്കിനിന്നു. പുഞ്ചച്ചാലിൽ പരലുകളെ പിടിച്ച് ചിരട്ടവെള്ളത്തിൽ വളർത്താൻ കൊണ്ടുവന്ന കുട്ടി വലുതായിരിക്കുന്നു.

വെയിലുതാണു. വൃദ്ധസംഘം പിരിഞ്ഞു.

ഒസ്സാനവുള്ള ക്ഷൗരക്കടയുടെ നിരപ്പലകകൾ ചായ്ച്ചുനിർത്തി. അപ്പോൾ ഗോപാലക്കുറുപ്പ് കടയുടെ മുൻപിൽ വന്നുനിന്നു.

കുറുപ്പിനെ കണ്ട് അവുള്ളയ്ക്ക് സന്തോഷമായി. അവൻ ചോദിച്ചു: "ങള് കണ്ടോ, കുറുപ്പേ?"

"ഇല്ല."

കുറുപ്പിന്റെ നിസ്സംഗത അവുള്ളയിൽ നിരാശപടർത്തി.

"രണ്ടീസം കഴിഞ്ഞോട്ടേന്ന് വിചാരിച്ചിറ്റാ, അവുള്ളാ.."

"നാട്ടില് ഇത്പോലത്തെ സംബവം-ണ്ടാവുമ്പോ ചെന്ന് നോക്കാന്ള്ള ആള്കള് ങളൊക്ക്യല്ലേ, കുറുപ്പേ."

"അയിനിത് മരണോം രോഗോന്നുവല്ലാലോ, അവുള്ളാ.."

കുറുപ്പ് ചുമലിലെ രണ്ടാം മുണ്ട് വലിച്ച് മുഖം തുടച്ചു.

അവുള്ള പതുക്കെ കുറുപ്പിന്റെ അടുത്തേക്ക് ചെന്നു:

"അല്ല കുറുപ്പേ, ഇങ്ങളോടൊര് കാര്യം ചോയിച്ചാല് ദേശ്യം പിടിക്കോ?"

"എന്തിനാ ദേഷ്യം പിടിക്ക്ന്ന്.. ഒക്കെ ആ ദാമോദരൻമാഷ്ടേ തലേലെഴുത്ത് ന്നല്ലാണ്ട്..

അയിന് ആരോടെങ്കിലും ദേഷ്യം പിടിച്ചിട്ടെന്ത് കാര്യാ, അവുള്ളാ?"

"എന്നാല് ചോയിക്കട്ടേ?"

കുറുപ്പ് അവുള്ളയ്ക്ക് കാതോർത്തു.

"സത്യത്തില് കോളേജ്മുറീന്ന് അച്ചെറുക്കനെ വെട്ടിക്കൊന്നത് ഉദയൻ തന്ന്യാർന്നോ, കുറുപ്പേ?"

പൊടുന്നനെ കുറുപ്പിന്റെ തലച്ചോറിൽ ഒരഗ്നിശലാക പുളഞ്ഞുമറഞ്ഞു. അയാൾ പെട്ടെന്ന് കുട കുത്തിപ്പിടിച്ചുനിന്നു.

"ഓനായിരിക്കൂല്ലാന്ന് എന്റെ മനസ്സ് പണ്ടേ പറേന്ന്ണ്ട്, കുറുപ്പേ..

ലോകം പലവിദത്തിലല്ലേ. കൊന്ന്യോന കിട്ടീല്ലെങ്കില് കിട്ട്യോന തൂക്കില് കയറ്റ്ന്ന കാലം."

ഗോപാലക്കുറുപ്പ് ചുമലിലെ വേഷ്ടിയുയർത്തി മുഖം തുടച്ചു, പിന്നെ കുട നിവർത്തി നടന്നു. എങ്ങോട്ടാണെന്ന് അവുള്ള ചോദിച്ചില്ല. എങ്ങോട്ടാണെന്ന് കുറുപ്പും പറഞ്ഞില്ല...

പൊന്നാറത്ത് പറമ്പിലോട്ട് തിരിയുന്ന വഴിയിൽ കദീശുമ്മ ഗോപാലക്കുറുപ്പിനെക്കണ്ട് നിന്നു. കുറുപ്പ് മുമ്പെങ്ങുമില്ലാത്തപോലെ കദീശുമ്മയുടെ അടുത്തേക്കു ചെന്നു. പിന്നെ പതുക്കെ കൈനീട്ടി. ഉമ്മയുടെ കൈത്തലം വല്ലാതെ തണുത്തിരിക്കുന്നു..

പിറ്റേന്ന് തോട്ടുംകരയിൽ പുതിയ കുറെ പോസ്റ്ററുകൾ പ്രത്യക്ഷപ്പെട്ടു. പ്രഭാതത്തിൽ ബസ് കയറാനെത്തിയവർ അതിലെ പരന്ന അക്ഷരങ്ങൾ കൂട്ടിവായിച്ചു:

"കൊലയാളിയെ തോട്ടുംകരയിൽനിന്നും തുരത്തുക."

അതുകണ്ട് ഗോപാലക്കുറുപ്പിന്റെ മുഖം ചുവന്നു.

ഇപ്പോഴീ കാണുന്ന പുതിയപുതിയ സംഭവങ്ങൾക്ക് പിന്നിൽ ആരായിരിക്കാമെന്ന് ചിന്തിച്ചിട്ട് കുറുപ്പിന് ഒരെത്തും പിടിയും കിട്ടുന്നില്ല. ആരെയും സംശയിക്കാനും കാണുന്നില്ല.

കുറുപ്പ് പതിയെ നടന്നു.

ഭാഗം രണ്ട്
ബോട്ടിറങ്ങിവന്ന ഒരാൾ

വെയിലിന് തീപിടിച്ചുനിന്ന നേരത്ത് ബോട്ടിറങ്ങി സുമുഖനായ ഒരു ചെറുപ്പക്കാരൻ തോട്ടുംകരയ്ക്ക് നടന്നുവന്നു. ആഗതൻ വരുന്നത് തന്റെ ചായപ്പീടികയിലേക്കാണെന്ന് തിരിച്ചറിഞ്ഞ ചന്തമ്മൻ ആദര ത്തോടെ എഴുന്നേറ്റു.

"ഈ പൊന്നാറത്ത പറമ്പ്...?"

"ഇവ്ടെ അഡ്ത്ത് തെന്ന്യാ."

"ഇമ്പയിലെറങ്ങിച്ചെല്ലുമ്പം[1] ഒര് ചെറ കാണും. ചെറാന്ന് വെച്ച് അത്തരവല്യ കോളോന്നുമല്ല. ഒരു ചെറിയ വെള്ളക്കെട്ട്. അത്ചുറ്റി ലേശം വടക്കോട്ട് നടക്കുമ്പോ നേരെകാണാം, അത്ന്ന്യാ." ചന്തമ്മൻ പറഞ്ഞു നിർത്തി.

"അവിടെ ഉദയശങ്കരൻ എന്നു പറഞ്ഞ ഒരാള്.."

"-ണ്ടല്ലോ." ചന്തമ്മന്റെ ഉത്സാഹം ഇരട്ടിച്ചു: "ജയിലിന്ന് വ്ട്ട് പൊരേല് വന്ന് ഒറ്റ ഇരിപ്പാ."

"അവിടെ ചെന്നാലൊന്ന് കാണാമ്പറ്റോ?"

"പിന്നെന്ത്യാ, ആടത്തന്നേണ്ട്.. മുട്ടീട്ടെ തേങ്ങപോലെ."

പൊടുന്നനെ ചന്തമ്മന്റെ ചങ്കൊന്ന് പിടഞ്ഞു. ഒരുൾഭയം. അഥവാ ഈ വന്നു നില്ക്കുന്നത് വല്ല പൊലീസുകാരനോ മറ്റോ..

അയാൾ പെട്ടെന്ന് തോളിലെ തോർത്തെടുത്ത് ബെഞ്ച് തുടച്ചു. പിന്നെ വണങ്ങി ബഹുമാനിച്ചു: "ഇരിക്കാ.."

"വേണ്ട എനിക്ക് ഉദയനെയൊന്നു കണ്ടാമതി."

"ചോദിക്ക്ന്നകൊണ്ട് ഒന്നും വിജാരിക്കറ്... പൊലീസ് റ്റെഷന്'ന്നോ മറ്റോ..?"

---

1. ഈ വയലിറങ്ങി ചെല്ലുമ്പോൾ

ആഗതൻ ചിരിച്ചു: "ഞാൻ ഉദയന്റെ ഒരു പഴയസുഹൃത്താ. ഗോപൻ. ഗോപകുമാർ.."

ചന്തമ്മന്റെ ചങ്കിലെ പിടച്ചിൽ നിന്നു. അയാളുടെ മുഖത്തെ ഭയം മറഞ്ഞു.

"ഞങ്ങള് ഒന്നിച്ച് ഒരു ക്ലാസില് പഠിച്ചു വന്നതാ."

ചന്തമ്മൻ പെട്ടെന്ന് ശങ്കരനെ വിളിച്ചു: "എഡ ചങ്കരാ?"

ശങ്കരൻ തോട്ടിലെ വെള്ളത്തിൽ പുട്ടുകുറ്റി കഴുകാൻ പോയിരിക്കുകയാണ്.

"എഡാ... ചങ്കരാ?"

ചന്തമ്മന്റെ വിളികേട്ട് ശങ്കരൻ വന്നു

"ഒന്ന് ദാമോരമ്മാഷെ വീട് കാണിച്ച് കൊഡ്ക്കെടാ."

ശങ്കരൻ നനഞ്ഞ വസ്ത്രങ്ങൾ പിഴിഞ്ഞ് കുടഞ്ഞ് ഗോപന് മുമ്പിൽ നടന്നു.

നടത്തയിൽ അവന്റെ തലയിളകിക്കൊണ്ടിരുന്നു. കാൽമുട്ടുകൾ പരസ്പരം ഉമ്മവച്ചകലുകയും പിന്നെയും അടുക്കുകയും ചെയ്തു. അവന്റെ നടത്തയിലെ അയഞ്ഞ താളം ശ്രദ്ധിച്ചുകൊണ്ട് ഗോപകുമാർ പിറകെ നടന്നു...

"ആരാ?"

തറവാട്ടുകോലായിൽ മുത്തശ്ശി മിഴികൾ കൂർപ്പിച്ചു.

"ഉദയനില്ലേ?"

"-ണ്ടല്ലോ, ആരാ?"

അയാൾ ഒതുക്കുകല്ലുകൾ ചവുട്ടി കോലായിലേക്ക് കയറാൻ തുടങ്ങുമ്പോൾ മുത്തശ്ശി പറഞ്ഞു:

"അവനിത്വരെ ഇവിടെ ഇരിക്ക്വായിരുന്ന്, ഇപ്പോ അപ്പറത്തേക്ക് പോയിർക്കാ.

അവിട്യാ അവന്റെ സ്വന്തം വീട്. തറവാട് ഭാഗംവച്ചുകഴിഞ്ഞപ്പോ അവന്റമ്മയ്ക്ക് കിട്ടിയതവ്ട്യാ."

മുത്തശ്ശി പിന്നെയും മിഴികൾ കൂർപ്പിച്ചു:

"ആരാന്ന് പറഞ്ഞില്ലല്ലോ?"

കോലായിൽ അമ്മ ആരോടോ സംസാരിച്ചു നില്ക്കുന്നതറിഞ്ഞ് ദാമോദരൻ മാഷ് പുറത്തേക്ക് വന്നു.

അപരിചിതൻ അയാളെ കണ്ട് വിനയം നടിച്ചു.

"ആരാന്ന് മനസ്സിലായില്ലാ?"

"ഞാൻ ഉദയന്റെ ഒരു പഴയസുഹൃത്താ..."

"സുഹൃത്തായാലെന്താ, പേരില്ലേ?"

"ഗോപൻന്നാ പേര്.. കോളേജിലൊക്കെ ഒന്നിച്ച് പഠിച്ചതായിരുന്നു."

"ഇപ്പോ ആ പഴേ ബന്ധോം പറഞ്ഞോണ്ടിങ്ങ് വരാനെന്താ വിശേഷിച്ച്?"

"ഒന്നൂല്ല, ഒന്ന് കാണണം ന്ന്ണ്ടായിരുന്നു."

"അത്ന്ന്യ മനസ്സിലാവാത്തത്..."

മാഷ് മുഖം വെട്ടിച്ച് അകത്തേക്ക് തിരിഞ്ഞു. പെട്ടെന്നവൻ ചോദിച്ചു: "ദാമോദരൻ മാഷല്ലേ.

ജയശ്രീടെ അച്ഛൻ?"

"അതേ, എല്ലാ വിവരോം ശേഖരിച്ച്ട്ട്ണ്ടല്ലോ?"

ഗോപൻ ചെറുതായൊന്ന് ചിരിച്ചു.

"ഇരിക്ക്ന്നോ?"

"ഇല്ല... എനിക്കവനെ ഒന്ന് കണ്ടാൽ കൊള്ളായിരുന്നു."

"അതാ, അവിടെത്തന്നെണ്ട്-"

ദാമോദരൻ മാഷ് പുതിയ വീട്ടിലേക്ക് ചൂണ്ടിക്കാണിച്ചു. അപ്പോൾ അകത്തുനിന്ന് ഉദയൻ കോലായിലേക്കിറങ്ങുകയായിരുന്നു.

മൊട്ടാലിലെ പ്രേതാത്മാക്കൾ

ഉച്ചയോടെ തോട്ടുംകരയിൽ ഒരു വാർത്ത പരന്നു;

"മൊട്ടാലില് തീപ്പെട്ടിക്കമ്പനി വരാമ്പോവ്വാ.."

വാർത്തയുടെ സ്രോതസ്സ് അന്വേഷിച്ച ഗോപാലക്കുറുപ്പ് ചന്തമ്മന്റെ പീടികയിലിരുന്ന് പ്രഖ്യാപിച്ചു: "ശെരിയ്യാ..."

പണ്ട്, നാട്ടിൽ കോളറവന്ന കാലംവരെ മൊട്ടാൽ ആൾപ്പെരുമാറ്റമില്ലാതെ കിടന്നതായിരുന്നു. അതിന്റെ പ്രതലങ്ങളിൽ കനലുകൾ ജ്വലിപ്പിച്ച് വേനലുകളും മുളയ്ക്കാത്ത വിത്തുകളെറിഞ്ഞ് രാത്രികളും കെട്ടടങ്ങി. കാലാന്തരത്തിലൂടെ പടർന്നുവളർന്ന കശുമാവിൻ തണലുകളിൽ അനാഥപ്പട്ടികൾ താവളമുറപ്പിച്ചു. അവയോടൊപ്പം അകാലത്തിൽ മഹാരോഗം വന്ന് മരിച്ചുപോയവരുടെ ആത്മാവുകൾ പ്രേതങ്ങളായി വെയിലുകാഞ്ഞു കിടന്നു.

മൊട്ടാലിലെ പ്രേതങ്ങളെ പേടിയില്ലാതെ നടന്നത് ഉറ്റാണിക്കുമാരനും ദിവ്യൻ നാരായണനും മാത്രമായിരുന്നു. അവർ തോട്ടിയുമായിച്ചെന്ന് കശുമാങ്ങകൾ പറിച്ച് വട്ടികൾ നിറച്ചു. പഴുത്ത കശുമാങ്ങകൾ പിഴിഞ്ഞ് സത്തെടുത്ത് നവസാരവും വെല്ലവും തേരട്ടയും ചേർത്ത് വാറ്റിയെടുത്ത് കന്നാസുകളിലാക്കി. കന്നാസുകൾ കരയോരത്തെ കാട്ടുപൊന്തകൾക്കിടയിലും പുഴയുടെ ആഴങ്ങളിലും കയറിൽ തൂങ്ങിക്കിടന്നു. രാത്രികാലങ്ങളിൽ അവ കൊണ്ടുപോകുവാൻ കുറ്റ്യാടിയിൽനിന്ന് തോണികൾ വന്ന് മൂന്നടിപ്പാലത്തിന് മറവിൽ കാത്തുകിടന്നു.

അവർക്ക് പൊലീസിനേക്കാൾ പേടി നാട്ടിലെ കമ്യൂണിസ്റ്റുകാരെയായിരുന്നു.

പടിഞ്ഞാറുനിന്ന് മഴത്തുള്ളികളുടെ നനവുംപേറി തണുത്ത

കാറ്റുവീശി. അത് തോട്ടുവക്കിലെ ചെറുകിളികളോട് കിന്നാരം പറഞ്ഞു.

പുൽക്കൊടികളിൽ പച്ചക്കുതിരകൾ കൈകൂപ്പി.

പുഞ്ചച്ചാലിന്റെ നനവാർന്ന കരയോരത്തിലൂടെ ഇസ്മായിൽ നടന്നു.

പൊന്തക്കാടുകളിലെ ചെറുകിളികൾ അവനെനോക്കി വാലിളക്കി കളിയാക്കി. അവ ചെറുമരക്കൊമ്പുകളിലും ചില്ലകളിലും ഇലച്ചാർത്തുകളുടെ മറവുകളിലും ഒച്ചയടക്കി ഒളിഞ്ഞുനിന്ന് കണ്ണാരം പൊത്തിക്കളിച്ചു. അവൻ പറഞ്ഞു:

"മയപെയ്യ്ന്നേന്റെ കൊശു അല്ലേ, അതിപ്പോ ത്തീരും. ഇനിബെലിയ വെയിലാ. അപ്പോ കാണിച്ച്യേരാം.."

"ഓ" എന്നമട്ടിൽ കിളികൾ പിന്നെയും വാലിളക്കി. അതുകണ്ട് ചെളിത്തട്ടിലെ ചേറുമീനുകൾ വെയിൽ വിഴുങ്ങി വാ പിളർന്ന് ചിരിച്ചു.

ഇസ്മായിൽ പിന്നെയും നടന്നു. മൊട്ടാലിലേക്കുള്ള വഴിയോരത്ത് ആരൊക്കെയോ കൂട്ടംകൂടി നില്ക്കുന്നുണ്ട്. അവർക്ക് മുമ്പിൽ പുതിയ ഒരു ബോർഡ്.

അവനും ബോർഡിൽ നോക്കിനിന്നു.

"മൊട്ടാലില് തീപ്പെട്ടിക്കമ്പനി വരാമ്പോവ്വാ.." ചന്തമ്മൻ വിളിച്ചു പറഞ്ഞു

"ചെന്താമരാക്ഷൻ തീപ്പെട്ടിക്കമ്പനി."

ബോർഡിൽ ഏറ്റവും താഴത്തായി വലതുവശം ചേർന്ന് 1 .2 കി മി എന്നും അതിനു തൊട്ടുചേർന്ന് മൊട്ടാലിന്റെ ഭാഗത്തേക്ക് ചൂണ്ടി ഒരമ്പിന്റെ ചിത്രവും ഉണ്ടായിരുന്നു.

ബോർഡ് വായിച്ച് തോട്ടുംകരക്കാർ രോമാഞ്ചംകൊണ്ടു. അവർ വരാനിരിക്കുന്ന സൗഭാഗ്യത്തെക്കുറിച്ച് സങ്കല്പനം ചെയ്തു. അവർ ആനന്ദം സഹിയാഞ്ഞ് ബോർഡിൽ വിരലുവച്ച് കോറിനോക്കി.

അതിരാവിലെ ക്ഷൗരത്തിനിറങ്ങിയ അവുള്ള ട്യൂഷൻ പഠിപ്പിക്കാനിറങ്ങിയ ദാമോദരൻമാഷോട് സ്വകാര്യത്തിൽ ചോദിച്ചു:

"അല്ല മാശേ, ഈ ഒന്ന് കുത്ത് രണ്ട് കിമീന്ന് വെച്ചാലെന്താ?"

ക്ഷുരകന്റെ സംശയംകേട്ട് മാഷ് നിന്നു, പിന്നെ തല ചൊറിഞ്ഞു. മാഷ് മുഖം കൂർപ്പിച്ച് ചിന്തിച്ചു. പിന്നെ പറഞ്ഞു: "അത് തിരിയാൻ ന്നക്ക് അയിന്റെ മേലേള്ളെ ഇംഗ്ലീഷ് തിരിഞ്ഞിക്കോ? എന്നാല് കേട്ടോ."

മാഷ് ഇംഗ്ലീഷക്ഷരങ്ങൾ പെറുക്കിക്കൂട്ടി വായിച്ചു:

"എ... ചെന്താമരാക്ഷൻ പ്രോജക്..ട്.

ഇപ്പോത്തിരിഞ്ഞോ?"

ഒസ്സാനവുള്ള തലയാട്ടി. പിന്നെ തിരിഞ്ഞുനോക്കാതെ നേരെ തോട്ടുവക്കിറങ്ങി വയലിലൂടെ വടക്കോട്ട് നടന്നു.

തോട്ടുംകര സ്രാമ്പിയിൽ ളുഹറ്വാങ്ക് വിളിച്ച നേരത്ത് ചന്തമ്മന്റെ

ചായപ്പീടികയ്ക്ക് മുൻപിലൊരു വെളുത്ത കാർ വന്നുനിന്നു. കാറിന്റെ വലതുവാതിൽ തുറന്ന് ഗോപനും ഇടതു വാതിൽ തുറന്ന് ഉദയനും പുറത്തിറങ്ങി. ഗോപനെ കണ്ട് ചന്തമ്മൻ മുണ്ടിന്റെ മാടിക്കുത്തഴിച്ച് താഴ്ത്തി.

"വെരീം, ഒര് ചായകുടിച്ചിറ്റ് പോആം-"ചന്തമ്മൻ ക്ഷണിച്ചു,

പിന്നെ ധൃതിയിൽ ശങ്കരനെവിളിച്ചു: "ഡാ, ചങ്കരാ.."

ശങ്കരൻ കൗതുകത്തോടെ കാറിൽ നോക്കി.

"വേഗം മേശേം ബെഞ്ചും തൊടച്ച് വൃത്ത്യാക്കെടാ-"

നനഞ്ഞ തുണിയുമായിവന്ന ശങ്കരനെ തട്ടിമാറ്റി ചന്തമ്മൻ ഉടുമുണ്ടിന്റെ തൊയിലുയർത്തി മേശതുടച്ചു:

"വെരീം..ഇരിക്കീം."

"ഇപ്പോ ഇരിക്ക്ന്നില്ല, ഞങ്ങള് മൊട്ടാലില് വരെ പോയിട്ട് തിരിച്ചുവരാം.."

"കാറ് അങ്ങോളം പോവ്വോന്ന് സമിശ്യാ.."

"സാരോല്ല. ഒന്ന് നടന്നുനോക്കാം."

ചന്തമ്മന്റെ വിനയവും ഭാവവും കണ്ട് തൊട്ടടുത്ത് ബസ് കാത്തുനിന്നവർ അടുത്തുവന്നു. അവരോടൊപ്പം പഴയ ബിൽകലക്ടർ മൊയ്തുവുമുണ്ടായിരുന്നു.

അടുത്തുകൂടിയവരെ മാറ്റി ചന്തമ്മൻ റോഡിലേക്കിറങ്ങി:

"മ്മടെ തീപ്പെട്ടിക്കമ്പനീന്റെ ഒടമസ്ഥനാ, ഗോപൻ. ഗോപകുമാരൻ. ഇതിലേ പോവ്ന്ന ചെന്താമരാക്ഷൻ ബസും ബോട്ടും എല്ലം ഗോപന്റയാ.. അട്ത്ത് തെന്നെ കപ്പലും വാങ്ങൂംന്ന് ഒര് ശ്രുതീണ്ട്."

ചന്തമ്മന്റെ പരിചയപ്പെടുത്തൽ കേട്ട് കൂടിനിന്നവർക്ക് സന്തോഷമായി.

"കപ്പല് മാങ്ങുമ്പോ ഞമ്മളേംകൂടി പണിക്ക് കൂട്ട്വോ?" മൊയ്തു ചോദിച്ചു.

കേട്ടുനിന്നവർ ചിരിച്ചു.

"ഒക്കെ ഉദയനുമായിട്ട് ബന്ധപ്പെട്ടാൽ മതി. കമ്പനിക്കാര്യോക്കെ ഉദയനെയാ ഏല്പിച്ചിരിക്കുന്നത്."

അവരിരുവരും മൊട്ടാലിലേക്ക് തിരിയവേ ചന്തമ്മൻ ചങ്കരന്റെ ചെവിയിൽ തിരുമ്മി: "കൂടെച്ചെല്ലെടാ. ചെലപ്പോ ന്നക്കും ഒര് തൊയില് കിട്ടീന്ന് ബെരും."

അവർക്ക് പിറകിൽ തത്തക്കം...പൊത്തക്കം ചങ്കരനും നടന്നു.

എല്ലാവരും പോയിക്കഴിഞ്ഞപ്പോൾ ഗോപാലക്കുറുപ്പ് പറഞ്ഞു: "എങ്ങിന്യെങ്കിലും ആ ഉദയനൊര് ജീവിതം കിട്ട്യാ മതിയേനും. വെറ്തെ ഒരു കൊലപ്പുള്ള്യായിറ്റ് നശിച്ചുപോഉന്നത് കാണാൻ കഴിയാണ്ടായിരിക്ക്ന്ന് ചന്തമ്മാ."

വയലിറങ്ങി പുഞ്ചച്ചാലുംകടന്ന് ചാലുവീണ വഴിയിലൂടെ പലരും പൊന്നാറത്ത് പറമ്പിലേക്ക് വന്നുകൊണ്ടിരുന്നു. അവർക്ക് ഉദയശങ്കരനെ

കാണണം. അവൻ വിചാരിച്ചാൽ തുടങ്ങാനിരിക്കുന്ന തീപ്പെട്ടിക്കമ്പനിയിൽ എന്തെങ്കിലുമൊരു തൊഴിൽ തരപ്പെടുമെന്ന് അവർ വിശ്വസിക്കുന്നു. കോലായിൽ മുറുക്കാൻ ചെല്ലം ചേർത്തുപിടിച്ച് കാലും നീട്ടിയിരിക്കുന്ന മുത്തശ്ശി വന്നുംപോയുംകൊണ്ടിരിക്കുന്നവരെ ശങ്കയോടെ നോക്കി നേരംകഴിച്ചു. പിന്നെ സന്ധ്യാവിളക്കിന് മുമ്പിലിരുന്ന് ശരീരം ചെറുതായിളക്കി ജ്ഞാനപ്പാന ചൊല്ലി.

"കണ്ടുകണ്ടങ്ങിരിക്കും ജനങ്ങളെ കണ്ടില്ലെന്നു വരുത്തുന്നതും ഭവാൻ,

രണ്ടുനാലു ദിനം കൊണ്ടൊരുത്തനെ തണ്ടിലേറ്റി നടത്തുന്നതും ഭവാൻ.."

അമ്മയുടെ പ്രാർത്ഥനയിലെ ദുസ്സൂചന തിരിച്ചറിഞ്ഞോ, എന്തോ ദാമോദരൻ മാഷ് കിണറ്റിൻകരയിലേക്ക് നടന്നു.

"അസുരന്മാർ സുരന്മാരായീടുന്നു.."

"ഒന്ന് നിർത്തുന്നുണ്ടോ ഈ സന്ധ്യാവന്ദനം.." മകന്റെ ശാസനകേട്ട് മുത്തശ്ശി തലയുയർത്തി നോക്കി.

"അജം ചത്തു ഗജമായിപ്പിറക്കുന്നു..."

മുത്തശ്ശിയുടെ ശരീരം ഇളകിക്കൊണ്ടേയിരുന്നു...

കാലത്ത് പാലും കൊടുത്ത് തിരികെ വന്ന ഇസ്മായിലിനേയും കൂട്ടി കദീശുമ്മ വാതിലുംചാരിയിറങ്ങി..

മുറ്റത്ത് ഒറ്റയ്ക്കിരുന്ന് കൊത്തങ്കല്ല് കളിച്ചുകൊണ്ടിരുന്ന കുഞ്ഞിപ്പാത്തു ചോദിച്ചു:

"എബ്ഡേക്കാ?"

"ഇപ്പവെരാം.. ഒന്ന് പൊന്നാറത്ത്ചെന്ന് ഉദയനെ കണ്ട് ഇപ്പവെരാം.."

"എന്തിനാ, ഉമ്മാ?"

"ബേണം മളേ, ഈ ഉമ്മാന്റെ കാലം കയിഞ്ഞാലും ഇങ്ങക്ക് ജീവിക്കണ്ടെ. ഒർപണി ഇങ്ങക്കും മേണ്ടേ–"

കുഞ്ഞിപ്പാത്തു പിന്നെയും കൊത്തങ്കല്ല് കളിച്ചിരുന്നു.

പുഞ്ചച്ചാലിന് വടക്കുഭാഗത്തുകൂടി ഇബ്റായി മൊയില്യാർ വരുന്ന കണ്ട് ഇസ്മായിൽ ശങ്കിച്ചുനിന്നു.

എന്തിനാന്നാവോ, ഇസ്മായിൽ നിന്നത്? കദീശുമ്മ ചുറ്റുംനോക്കി.

കദീശുമ്മയ്ക്ക് പെട്ടെന്ന് മൊയില്യാറെ തിരിച്ചറിയാൻ കഴിഞ്ഞില്ല. തിരിച്ചറിയുമ്പോഴേക്കും അയാൾ കുട നിവർത്തി തിരിച്ചുനടന്നുകളഞ്ഞു.

പണ്ട്, പണ്ടുപണ്ട് ഇബ്റായി പൊന്നാനിക്ക് വണ്ടികയറുന്നതിനും മുമ്പ് തോട്ടത്തിൽ അസ്സൈനാറ്കാക്ക മയ്യത്തായ വിവരം അറിഞ്ഞു ചെന്നപ്പള് ഒരുനോക്ക് കണ്ടിട്ട്ണ്ട്, കദീശുമ്മ. അത് ഓത്തുപള്ളി വിട്ട് പിന്നെയും കുറേ കഴിഞ്ഞപ്പോഴായിരുന്നു.

കദീശുമ്മ ഓർക്കുന്നു.

അതിനുമുമ്പായിരുന്നു ഇബ്റായിയുടെ ഉമ്മ മയ്യത്തായത്. ഓറ് അസ്സൈനാറ് കാക്കാന്റെ മൂന്നാമത്തെ വീടറായിര്ന്ന്. വിട്ടുമാറാത്ത ശ്വാസംമുട്ടലും കലശലായ വലിവിന്റെ സൂക്കേടും. ഓറ് മരണപ്പെട്ടതോടെയാന്ന് ഇബ്റായിയുടെ കഷ്ടകാലം തൊടങ്ങ്യേത്.

അപ്പോളേക്കും കദീശുമ്മാന്റെ നിക്കാഹും കയിഞ്ഞി.

അതറിഞ്ഞതോടെ ഇബ്രായി മാനസികമായി തകർന്നുപോയതും അവൻ പുഞ്ചച്ചാലിനടുത്ത് കാദറിക്കയുടെ വീടിന് മുമ്പിലായി വടിപോലെ വന്നുനിന്നതുമൊന്നും, പക്ഷേ കദീശുമ്മ അറിഞ്ഞിട്ടില്ല.

പുതുതായി കെട്ടിക്കൊണ്ടുവന്ന പെണ്ണിന്റെ വീടിനുമുമ്പിൽ ഒരാളിങ്ങനെ കണ്ണുംനട്ട് നില്ക്കുന്നതിന്റെ അനൗചിത്യമൊന്നും അന്ന് അയാൾക്ക് മനസ്സിലായില്ല. ഒടുക്കം സന്ധ്യയോടടുത്ത നേരത്ത് കാദറിക്ക ഇബ്രായിയെ തട്ടിവിളിച്ച് പറഞ്ഞു: "ഇ്നിക്ക് വേറ്യെവിടേം പോവ്വാനില്ലെങ്കില് ചെങ്കൊടിയും പിടിച്ച് ഇങ്കിലാബ് വിളിച്ച് ഞമ്മടെ കൂടെവാ,

ഇങ്കിലാബ് സിന്ദാബാദ്.."

തോട്ടത്തിൽ ഇബ്രായി അന്നോളം കേട്ടതിൽവച്ച് ഏറ്റവും വലിയ അശ്ലീലമായിരുന്നു, അത്.

അത് വിഷംപോലെ അയാളുടെ സിരകളിലൂടെ പടർന്നുകയറി. പൊടുന്നനെ അയാൾക്ക് കഠിനമായ മൂത്രശങ്ക തോന്നി. അയാൾ പെട്ടെന്ന് തോട്ടുവക്കിൽ അമർന്നിരുന്നു, പിന്നെ രണ്ടും കല്പിച്ച് കലക്കവെള്ളത്തിൽ മനാരിച്ചു. എന്നിട്ട് നേരെ മൊട്ടാലിലേക്ക് നടന്നു.

മൊട്ടാലിലെ ചെങ്കൽമുനകളിൽ പാദങ്ങളമർത്തിനിന്ന് ഇബ്രായി അന്ന് ഉച്ചത്തിൽ വാങ്ക് വിളിച്ചു: "അല്ലാഹു അക്ബറ്.. അല്ലാഹു അക്ബറ്.... അല്ലാഹു അക്ബറല്ലാ.."

നേരംതെറ്റിയ നേരത്ത് വാങ്ക്വിളി കേട്ട് മൊട്ടാലിലെ പ്രേതാത്മാക്കൾ പകച്ചുനിന്നു. പട്ടികൾ കണ്ണിൽക്കണ്ട വഴികളിലൂടെ ഓടി. ആ തിരിച്ചുവരവിൽ അയാൾ തോട്ടുംകരയിൽച്ചെന്ന് മാളോരോട് പറഞ്ഞു:

"ഞാന്തോട്ടത്തില് അസൈനാറിന്റെ മോൻ, ഇബ്രായി..

പോവ്വാ. ഇനി മനസ്സിലൊന്നൂല്ലാ. അള്ളാഹുത്താര എന്ന ഒറ്റബിജാരം മാത്ത്റം. അഞ്ചുനേരം നിസ്കാരം.. പിന്ന കിത്താബ്, ഓത്ത്..."

വർഷങ്ങൾക്കുശേഷം ഏതോ ജന്മനിയോഗത്താലെന്നപോലെ ഇബ്രായി മൊയില്യാർ തോട്ടുംകരസ്രാമ്പിയിൽത്തന്നെ വന്നെത്തി. എന്നിട്ടും ഇന്നോളം കദീശുമ്മയുടെ വീടിന്റെ ഭാഗത്ത് തിരിഞ്ഞില്ല.

ഇപ്പോൾ അകലെയാണെങ്കിലും മൊയില്യാർ മുഖാമുഖം എന്നപോലെ വന്നിട്ട്...

ഒന്നോർക്കുമ്പോൾ കദീശുമ്മയ്ക്ക് സങ്കടവും ചിരിയും വരുന്നുണ്ട്.

മൊയില്യാർ തിരിച്ചുപോയതോടെ ഇസ്മായിലിന് ശ്വാസം നേരെ വീണു.

കദീശുമ്മ ഇസ്മായിലിന്റെ കൈപിടിച്ച് പതുക്കെ നടന്നു. നടന്നുനടന്ന് പൊന്നാറത്ത് പറമ്പിന്റെ താഴെത്തടത്തിൽ കയറി. പിന്നെ തൊടിയിലെ കവുങ്ങിൽ പിടിച്ച് ഒതുക്കുകല്ലുകൾ ചവുട്ടിക്കയറാൻ തുടങ്ങിയതാണ്. പൊടുന്നനെ കദീശുമ്മയുടെ കാലുകൾ വഴുതുന്നു, അവർ പിടികിട്ടാതെ ഏതോ കയത്തിലേക്കെന്നപോലെ താഴുകയാണ്..

ഇബ്രായി മൊയില്യാരുടെ സങ്കടങ്ങൾ

ആസ്പത്രിമുറ്റത്തെ അരയാലിന്റെ ചില്ല തണുത്ത കാറ്റിലിളകി. അത് ചില്ലുപൊട്ടിയ ജാലകത്തിലൂടെ നേർത്തുനീണ്ട വിരലായി കദീശുമ്മയുടെ കട്ടിലിൽ തൊട്ടു. കദീശുമ്മ ഒന്നുമൊന്നുമറിയാതെ കിടക്കുകയാണ്. അവരുടെ ശരീരത്തിൽ കല്പാന്തകാലത്തെ ജടപിടിച്ചു ജീർണ്ണിച്ച വേരുകൾപോലെ നീണ്ടു നിറംമങ്ങിയ കുഴലുകൾപോലെ കിടന്നു.

കദീശുമ്മയുടെ വിവരം കാറ്റിനെ വെല്ലുന്ന വേഗത്തിൽ തോട്ടുംകരയിൽ പരന്നു. അറിഞ്ഞവർ അറിഞ്ഞവർ വടകരയ്ക്ക് ബസ് കയറി. വയൽവരമ്പിലൂടെയും ഇടവഴിയിലൂടെയും നൊണ്ടിയും കിതച്ചും വരുന്നവർക്കുവേണ്ടി ചെന്താമരാക്ഷൻ റോഡരികുപിടിച്ച് കാത്തുനിന്നു. ബസിൽ പതിവിലുമേറെ തിരക്കുണ്ടായി. ഞെരുങ്ങിനിന്നും നിശ്ശബ്ദമായിരുന്നും സഞ്ചരിച്ചെത്തിയവരെ അത് കൃത്യമായി ആസ്പത്രി ഗെയ്റ്റിൽ എത്തിച്ചു. കാക്കിയുടുപ്പിട്ട കാവല്ക്കാർ അവർക്ക് ഒന്നാംനിലയിലെ സ്ത്രീകളുടെ വാർഡിൽ മൂന്നാംനമ്പർ കട്ടിൽ കാണിച്ചുകൊടുത്തു.

കദീശുമ്മയുടെ വീഴ്ചയോടെ കാദറിക്കയുടെ സ്മരണ തോട്ടുംകരയിൽ പിന്നെയും തളിർത്തു...

ആൽമരം വേനൽമഴയിൽ കുളിച്ചു. അതിന്റെ മരംപെയ്യുന്ന മുറ്റത്ത് മനസ്സിൽ അനേകം ഓർമ്മകളുമായി ഇബ്രായി മൊയില്യാർ നിന്നു. അയാളുടെ നിവർത്തിപ്പിടിച്ച നരച്ച ശീലക്കുടയിൽ പൊട്ടൻതുള്ളികൾ വീണു തെറിച്ചു.

ആസ്പത്രിയുടെ വിശാലമായ കവാടത്തിലൂടെ അകത്തോട്ടും പുറത്തോട്ടും കടന്നുപോയിക്കൊണ്ടിരുന്നവരെ അയാൾ മാറിമാറി നോക്കി. അയാളുടെ പരാധീനത കണ്ട് വെളുത്ത ബുഷ്ക്കോട്ടിട്ട ചെറുപ്പക്കാരൻ അടുത്തേക്ക് ചെന്നു.

"കദീശുമ്മാനെ കാണാനാണെങ്കില് കോണികയറി നേരെ വലത്തോട്ട് തിരിഞ്ഞാമതി."

മൊയില്യാർ തലയാട്ടി.

"എന്റെകൂടെ വന്നോളൂ.."

അയാൾ മൊയില്യാർക്ക് മുൻപേ നടന്നു. ഒന്നാംനിലയിൽ വലത്തോട്ട് ചൂണ്ടി അയാൾ മൂന്നാംനമ്പർ കട്ടിൽ പറഞ്ഞുകൊടുത്തു.

'മൂന്നാംനമ്പറെ'ന്ന് മൊയില്യാർ മനസ്സിൽ കുറിച്ചിട്ടു. പിന്നെ മാറിപ്പോകാതിരിക്കാൻ അതൊരു ജപമന്ത്രം പോലെ ഉരുവിട്ട് നടന്നു.

മൊയില്യാരെ കണ്ട് ഉദയനും അവുള്ളയും എഴുന്നേറ്റു.

മൂന്നാംനമ്പർ കട്ടിലിൽ കഴുത്തറ്റം പുതച്ച് മൂക്കിൽ കുഴലിട്ട് നിശ്ചലയായി കിടക്കുന്നത് കദീശുവാണെന്ന് വിശ്വസിക്കാൻ കഴിയാതെ വൃദ്ധൻ നിന്നു. അയാൾ അവരുടെ അടച്ചുപിടിച്ച കണ്ണുകളിൽ നോക്കി പതുക്കെ വിളിച്ചു: "കദീശാ...."

ആ വിളിയിൽ കദീശുമ്മയുടെ അലിക്കത്തുകളിളകി. നരച്ച ചുരുൾമുടി പാറി. തോട്ടുംകരയിലെ നിശ്ശബ്ദതയിൽ നിത്യവും അഞ്ചുനേരം ഉയർന്നുകേട്ട ശബ്ദം പുറത്തേക്ക് പ്രവഹിച്ചില്ല. അത് അടഞ്ഞ തൊണ്ടയിലൂടെ കേവലമായ കാറ്റുമാത്രമായടങ്ങി.

മൊയില്യാർ കണ്ണുകൾ കൂപ്പി. അയാളുടെ കൺപീലികളിൽ നനവു പടർന്നു. അത് നരച്ച താടിരോമങ്ങളിലൂടെ തിളയ്ക്കുന്ന തുള്ളികളായി ആശുപത്രിയുടെ നനവാർന്ന തറയിൽ വിലയം പ്രാപിച്ചു.

ഇബ്രായി മൊയില്യാർ പതുക്കെ തിരിഞ്ഞുനടന്നു.

നനഞ്ഞ ശീലക്കുട കുത്തിപ്പിടിച്ച് കോണിപ്പടികൾക്ക് മുകളിൽ അയാൾ വഴിയറിയാതെ നിന്നു. മൊയില്യാരെ കൈപിടിച്ചിറക്കാൻ അവിടെ ഗോപാലക്കുറുപ്പ് നില്പുണ്ടായിരുന്നു...

തോട്ടുങ്കരയ്ക്ക് മുകളിൽ കാലവർഷത്തിന്റെ വെളിപാടുമായി മഴമേഘങ്ങൾ തൂങ്ങിനിന്നു.

പതിയെ പെയ്തുതുടങ്ങിയ പുതുമഴ ഒറ്റനാൾകൊണ്ട് കനത്തു.

മഴയിൽ അവുള്ളയുടെ ക്ഷൗരക്കട ചോർന്നൊലിച്ചു. കോലായിലെ ബെഞ്ചും നിരപ്പലകകളും നനഞ്ഞു. തലയിലൊരു പ്ലാസ്റ്റിക് സഞ്ചി കെട്ടി അവുള്ള മുകളിലോട്ട് നോക്കി. ഇക്കുറി കഴുക്കോലൊക്കെ മാറ്റി ഓടൊന്ന് ഇളക്കിനിരത്തണം എന്നെല്ലാം മനസ്സിൽ തീരുമാനിച്ചതായിരുന്നു. ഒന്നിനും കഴിഞ്ഞില്ല. മനസ്സിൽ കുഞ്ഞിപ്പാത്തുവിനെയും അവളുടെ മകൻ ഇസ്മായിലിനെയും കുറിച്ചുള്ള ചിന്തകൾ മാത്രം. ഒന്നും ആരോടും പറയാൻ വയ്യാത്ത നിസ്സഹായത..

വയലിൽനിന്നും മഴവെള്ളം പുഞ്ചച്ചാലിലേക്ക് ഒഴുകിയിറങ്ങുന്നതും നോക്കി അവുള്ള ഇറയത്ത് നിന്നു. അപ്പോൾ ഗോപാലക്കുറുപ്പ് കയറി വന്നു.

"കൊട പൂട്ടണ്ട കുറുപ്പേ."

ഗോപാലക്കുറുപ്പ് കോലായിൽ കയറി.

"കദീശുമ്മാന്റെ കാര്യേല്ലം കഷ്ടത്തിലായിപ്പോയല്ല, വുള്ള." കുറുപ്പ് പറഞ്ഞു. "ആ പശൂന കറക്കാനെങ്കിലും ഒരാളെക്കിട്ട്വോന്നാ ഞാനന്വേഷിക്കുന്നത്."

പൊടുന്നനെ അവുള്ളയുടെ ചിന്താമണ്ഡലത്തിൽ പതുങ്ങിപ്പരന്നൊരു കുമിലിടി വെട്ടി. ഒരു നേർത്ത മിന്നൽപിണർ. അവൻ പറഞ്ഞു:

"വേറ്യാരേം കിട്ടീല്ലേങ്കില് ഞാമ്പോയി കറന്ന് കൊടുക്കാം, കുറുപ്പേ."

മനസ്സുകൊണ്ടൊരു പരിഹാരം കണ്ടെത്താൻ കഴിയാതെപോയ സംഗതി ഞൊടിയിടകൊണ്ട് പരിഹരിക്കപ്പെട്ടതുപോലെ കുറുപ്പിന് തോന്നി.

"ക്ഷൗരത്തിന്റെ കാര്യോക്കെ മോശായിവെരാ, കുറുപ്പേ. ചെറുപ്പക്കാറൊന്നും മുടികളയാൻ ഒസ്സാന്റടുത്ത് വെര്ന്നില്ല. ഓലിക്ക്ളെള പേശൻകട്ടൊന്നും ഞമ്മക്കൊട്ട് ശെരിയാവ്വേംയില്ല."

കുറുപ്പ് മറുപടി ആലോചിച്ചുകൊണ്ട് നില്ക്കവെ അവുള്ള തുടർന്നു:

"പോരാത്തേന് ഇപ്പം ഇങ്ങള് കാണ്ന്നില്ലേ, പൊറത്ത് കണ്ണാടീം പിടിപ്പിച്ച് പാപ്പാസും കാണിച്ച് ഇംഗ്ലീശില് പേരുംവെച്ച് ഓരോ ബാർബറ് ശാപ്പ് തൊറക്ക്ന്നത്..

ബ്യൂട്ടീശൻ.. പാരലര്.."

കുറുപ്പ് ഒന്നും പറയാതെ നിന്നു.

കാര്യം അവുള്ള മതി. പക്ഷേ, അവനെക്കുറിച്ച് നാട്ടിൽ പല കഥകളും കേട്ടുവന്നതാണ്. പക്ഷേ, അതൊക്കെ പണ്ടാണ്. പണ്ടെന്നുപറഞ്ഞാൽ അവന്റെയൊക്കെ ചെറുപ്പകാലത്ത്..

ഇപ്പോൾ കാലം മാറിയിട്ടുണ്ട്. അവന്റെ സ്വഭാവത്തിലും വലിയ മാറ്റം വന്നിരിക്കുന്നു.

മിന്നാരത്തെ പല്ലുകളും കൊഴിഞ്ഞു..

"അങ്ങിന്യായിക്കോട്ടേ, അവുള്ളാ. നാളെത്തന്നെ തൊടങ്ങിക്കോ. സഹായത്തിന് വേണേല് ആ കുതിര ശങ്കരനേം വിളിച്ചോ."

വയലിൽ മഴയുടെ ആരവം തുടരുകയാണ്.

പ്രഭാതത്തിൽ ഒസ്സാനവുള്ള കദീശുമ്മയുടെ മുറ്റത്തുനിന്ന് വിളിച്ചു: "ഇസ്മായിലേ.."

ഇസ്മായിൽ ആസ്പത്രിയിൽ കദീശുമ്മയ്ക്ക് കൂട്ട് നില്ക്കുകയായിരുന്നു. പകരം കോലായിൽ ശങ്കരൻ ചുരുണ്ടുകൂടി കിടന്നുറങ്ങുകയാണ്. പുലർകാലത്തെ അരണ്ട വെളിച്ചത്തിൽ അവുള്ള ശങ്കരനെ നോക്കി. അവന്റെ പൃഷ്ഠം പൂർണ്ണമായും പുതപ്പിന് പുറത്താണ്. അവുള്ള നനഞ്ഞ കൈവിരൽ വച്ച് അവന്റെ ചന്തിയിൽ അമർത്തിയൊരു തോണ്ടുകൊടുത്തു. തോട്ടുവക്കിലെ മരവിപ്പിക്കുന്ന തണുപ്പ് ശരീരത്തിലൂടെ സംക്രമിച്ച് പച്ചജീവനിൽ കയറിപ്പിടിച്ച സംഭ്രാന്തിയിൽ ശങ്കരൻ ഞെട്ടിവിറച്ച് വലിയവായിൽ അട്ടഹസിച്ചു കരഞ്ഞു.

കോലായിലെ കരച്ചിൽകേട്ട് അകത്ത് കിടന്നുറങ്ങുകയായിരുന്ന കുഞ്ഞിപ്പാത്തു വാതിൽ തുറന്നു. അവൾ ശങ്കരന്റെ കരച്ചിൽകണ്ട് അല റിവിളിച്ചു: "ഉമ്മാ"

അവളുടെ വിളികേട്ട് അയൽക്കാരുണർന്നു. അവർ കദീശുമ്മയ്ക്ക് എന്തോ സംഭവിച്ചു എന്ന വിചാരത്തിൽ കിട്ടാവുന്ന വെളിച്ചവും കത്തിച്ച് കദീശുമ്മയുടെ മുറ്റത്തേക്ക് കുതിച്ചു...

അവർക്കു മുൻപിൽ ഒസ്സാനവുള്ള ഒന്നും പറയാനാവാതെ വിറച്ചു നിന്നു.

നേരം പുലർന്ന് ഒസ്സാനവുള്ളയെ അന്വേഷിച്ച് വന്നവരോട് ചന്ത മ്മൻ പറഞ്ഞു: "അവുള്ള നന്നരാവിലെ വടകരയ്ക്ക് ബസ് കാര്ന്നത് കണ്ടല്ലോ-"

തോട്ടുംകരയിൽ പിന്നെയും മഴ പെയ്തുകൊണ്ടിരുന്നു.

കുട നന്നാക്കുന്ന ഉസ്മാൻ

കാലവർഷത്തിന്റെ ചിലമ്പൊലി കേട്ടുതുടങ്ങുമ്പോൾ പതിവായി കുട നന്നാക്കാനിരിക്കുന്ന ആളാണ് ഉസ്മാൻ. തോട്ടുംകര സ്രാമ്പിയിലെ മുക്രിപ്പണികൊണ്ട് കുടുംബം പുലർത്താനാവില്ലെന്ന് തിരിച്ചറിഞ്ഞ കാലം മുതൽ ഉസ്മാൻ കാലത്തിനൊപ്പിച്ച് ഓരോ തൊഴിലുമായി ഇറങ്ങുന്നതാണ്. അത് ചാനിയംകടവിൽ മണൽവാരൽ തുടങ്ങി കല്യാണവീടുകളിൽ ബിരിയാണിപ്പണിവരെ നീളുന്ന പട്ടികയാണ്. ഏത് പണിയും ചെയ്യും ഉസ്മാൻ. അവനെന്തോ, പഴയ കുടക്കെട്ടുമായി ഇക്കുറി പോസ്റ്റാപ്പീസ് വരാന്തയിൽ വന്നില്ല.

ഉസ്മാൻ കുട നന്നാക്കാൻ എത്താത്തതിലുള്ള ആശങ്കയുമായി തോട്ടുംകരക്കാർ കമ്പൊടിഞ്ഞ ശീലക്കുടകളും കൈയിലേന്തി പോസ്റ്റാപ്പീസ് വരാന്തയിലും പരിസരത്തുമായി നടന്നു. അവരെ കണ്ട് ഗോപാലക്കുറുപ്പ് പറഞ്ഞു: “ഉസ്മാന് പല്ലുവേദനയാ. അവൻ ആസ്പത്രിയിൽ പോയിരിക്കാ..”

അങ്ങനെ ഉസ്മാന്റെ അസാന്നിദ്ധ്യം തോട്ടുംകരക്കാർക്കൊരു ബുദ്ധിമുട്ടായി ബാധിച്ചപ്പോഴാണ് മുരുകനണ്ണാച്ചി തുരുമ്പിച്ച് ദ്രവിച്ച മറ്റൊരു കുടക്കെട്ടുമായി പോസ്റ്റാപ്പീസിന്റെ വരാന്തയിൽ പ്രത്യക്ഷപ്പെട്ടത്.

മുരുകനണ്ണാച്ചി എന്ന ഒരു പാണ്ടിത്തമിളൻ തന്റെ അവകാശപരിധിയിൽ കൈയേറിയ വിവരം ഉസ്മാൻ അറിയുന്നത് പല്ലെടുക്കാൻ ഡോക്ടറുടെ മുമ്പിൽ ക്യൂ നില്ക്കുന്ന നേരത്താണ്. അതോടെ അവന്റെ രക്തം തിളച്ചു. അവൻ രണ്ടും കല്പിച്ച് നേരെ തോട്ടുംകരയിൽ ബസിറങ്ങി.

അപ്പോൾ മുരുകൻ പൂതല് മാണിക്കത്തിന്റെ പൊട്ടിയ കുടക്കമ്പി ഏച്ചുകെട്ടി നിവർത്തിയും മടക്കിയും പരിശോധിക്കുകയായിരുന്നു.

"നായിന്റെ മോനേ.."

ഉസ്മാനലറി.

അവന്റെ അലർച്ച കേട്ട് മുരുകനണ്ണാച്ചി വിറച്ചു.

അവൻ നേരെ ചെന്ന് മാണിക്കത്തിന്റെ കുടയിൽ ആഞ്ഞൊരു ചവിട്ട് കൊടുത്തു. ആ ചവിട്ടിൽ അവന്റെ മാടിക്കെട്ടിയ മുണ്ടിനകത്തുനിന്ന് പുഞ്ചച്ചാലിലെ ചേർമീൻ ഉടലുകുലുക്കി പുറത്ത് ചാടി. അതിനിടയിൽ പൂതല് മാണിക്കത്തിന്റെ കുട പറന്ന് തല കറങ്ങി പോസ്റ്റാപ്പീസ് മുറ്റത്തെ ചളിവെള്ളത്തിൽ മുഖം പൂഴ്ത്തിക്കിടന്നു..

"ഡാ.. മാപ്പളപ്പയലേ." മാണിക്കം അലറി വിളിച്ചു.

അവൾ ഉടുമുണ്ട് തെറുത്ത് കയറ്റിപ്പിടിച്ച് ഉസ്മാന്റെ അടുത്തേക്ക് ചീറിയടുത്തു. ഉസ്മാനത് കണ്ട് ഒരടി രണ്ടടി പിറകിലോട്ട് ചുവടുവച്ചു. മാണിക്കം ഓതിരം കടകം പറഞ്ഞ് വായുവിലുയർന്ന് ഉസ്മാന്റെ അര ക്കെട്ട് കണക്കാക്കി ഒരൊറ്റച്ചവിട്ട് കൊടുത്തു. അതിനിടയിൽ അവൻ, പണ്ടെങ്ങാണ്ട് കരുണൻ ഗുരിക്കളുടെ കളരി കണ്ട പരിചയംവച്ച്, വെട്ടിച്ച് പിന്നോട്ട് മറിഞ്ഞു. ആ മറിച്ചിലിൽ മാണിക്കം അടിതെറ്റി നിലത്തുവീണു. ആ വീഴ്ചയിൽ അവളുടെ തെറുത്തുകയറ്റിയ ഒറ്റമുണ്ട് കരടിക്കുഞ്ഞമ്മത് വലയെറിഞ്ഞത് പോലെ വായുവിൽ നിവർന്ന് വലിയൊരു വട്ടമായുയർന്ന് പതുക്കെപ്പതുക്കെ അവൾക്ക് പിന്നാലെ നിലംപൊത്തി. അവളുടെ മേഘാവൃതമായ നാഭീദേശം പോസ്റ്റാപ്പീസ് വരാന്തയിൽ തുറന്നുകിടന്നു. ആ കാഴ്ച കണ്ട് ഉസ്മാന്റെ കണ്ണുകൾ അടഞ്ഞുപോയി. മുരുകനണ്ണാച്ചി വിശ്വാസം വരാതെ കണ്ണുമിഴിച്ച് നോക്കിനിന്നു. അവന്റെ കറപിടിച്ച പല്ലുകൾക്കിടയിലൂടെ കൊഴുത്തുനിറംകെട്ട ഒരുതരം മഞ്ഞ ദ്രാവകം പതിയെ ഒഴുകിയിറങ്ങി....

പത്തുപതിനാറ് കൊല്ലംമുമ്പ് കോൺക്രീറ്റ് പാലത്തിന്റെ പണിക്ക് വന്നവളായിരുന്നു മാണിക്കം. പാലത്തിന്റെ പണി കഴിഞ്ഞപ്പോൾ പലരും തിരികെപ്പോയി. പോകാതിരുന്നവർ തോട്ടുംകരയിൽ തമ്പടിച്ചു കഴിഞ്ഞു. അവർക്കായി ചിലരൊക്കെ സമീപങ്ങളിൽ ചെലവുകുറഞ്ഞ ലൈൻ കെട്ടിടങ്ങൾ പണിത് വാടകയ്ക്ക് കൊടുത്തു. അവയിലൊന്നിൽ മാണിക്കം പൊറുത്തു. വാടക കൊടുക്കാൻ നില്ക്കക്കള്ളിയില്ലാത്തവർ തോട്ടുംകരയിലെ രണ്ടാംതരം പൗരന്മാരായി കഴിഞ്ഞു. അത്തരം പൗരന്മാരിൽ മുരുകനണ്ണാച്ചിയുമുണ്ടായിരുന്നു. അവൻ അന്തിക്കള്ളും മോന്തി ചെന്തമിഴിൽ തെറിപ്പാട്ടുകളുംപാടി ആകാശം നോക്കിക്കിടന്നു...

അവന്റെയുള്ളിൽ സഫലമാവാത്ത സ്വപ്നമായി അന്നുതൊട്ടേ മാണിക്കം ഉണ്ടായിരുന്നു.

"നാട്ടില് പലതരം ദുരിതങ്ങള് വന്ന്തൊടങ്ങീക്ക്ണ്ട് ചന്തമ്മാ."

ഗോപാലക്കുറുപ്പ് പറഞ്ഞു. "ഒന്നാലോചിക്കുമ്പോ ഈ പാലോം ബസും ഇല്ലാണ്ടിര്ന്ന കാലം തന്ന്യായിര്ന്ന്, നല്ലത്."

ഗോപാലക്കുറുപ്പിനും ചന്തമ്മനും മുമ്പിൽ ആൽമരക്കൊമ്പിൽ മാസങ്ങൾക്ക് മുമ്പ് കെട്ടിക്കണ്ട കൊടി പിഞ്ഞിയും കീറിയും മഴയിൽ കുതിർന്നും ഞാന്നു കിടന്നു.

തോട്ടുംകരയിൽ മഴ പെയ്തുകൊണ്ടിരുന്നു

തോട്ടുംകരയിൽ പിന്നെയും മഴ പെയ്തുകൊണ്ടിരുന്നു.

മഴച്ചില്ലുകൾ അവുള്ളയുടെ നിരപ്പലകകൾക്കിടയിലൂടെ അകത്തേക്ക് കയറി. അത് പലകപ്പഴുതുകളിലൂടെ സഞ്ചരിച്ച് കുറ്റിരോമങ്ങളെ വാരിയെടുത്തിറങ്ങി. ഇറങ്ങുന്ന മഴവെള്ളത്തിൽ മുടിപ്പരലുകൾ പാറിനടന്നു. അത് ആണിച്ചിലിലേക്ക് ഒഴുകിയിറങ്ങി. ആണിച്ചിലിൽ അവയ്ക്ക് കൂട്ടുകൂടാൻ അസംഖ്യം അഴുക്കുകൾ വേറെയുമുണ്ടായിരുന്നു. അവയെല്ലാം ചേർന്ന് ഗോപാലക്കുറുപ്പിന്റെ മുമ്പിലെ ഇടവഴിയിൽ മുട്ടിനിന്നു.

പുറത്തെ മഴയും തണുപ്പും കണ്ട് കുറുപ്പ് നേരത്തെ വാതിലടച്ചതായിരുന്നു. അപ്പോഴുണ്ട് ആരോ പതിഞ്ഞ സ്വരത്തിൽ വിളിക്കുന്നു: "കുറുപ്പേ.."

"ആരാ?"

"ഞാനാ, കുറുപ്പേ."

മഴയുടെ ആരവത്തിൽ ആഗതന്റെ ശബ്ദം തിരിച്ചറിയാൻ കുറുപ്പിന് കഴിഞ്ഞില്ല, എന്നിട്ടും അയാൾ വാതിൽ തുറന്നു. മുറ്റത്ത് ഒസ്സാനവുള്ള നില്ക്കുന്നു.

അവുള്ളയെ കണ്ട് കുറുപ്പൊന്ന് പകച്ചു:

"ഇങ്ങോട്ട് കയറി നിന്നോ."

അവുള്ള നീങ്ങിനിന്നില്ല. അവൻ ചൂടിയ ചേമ്പിലയിൽ മഴവെള്ളം വീണു തെറിച്ചുകൊണ്ടിരുന്നു. അവൻ പറഞ്ഞു:

"അറിഞ്ഞോണ്ട് ഞമ്മളീ ജീവിതത്തിലാകെ ഒരൊറ്റത്തെറ്റേ ചെയ്തിക്ക്ള്ളൂ, കുറുപ്പേ. അത് പത്ത് പയിനഞ്ച് കൊല്ലം മുമ്പാ. അന്നത്തെ ആ ചെറുപ്പംകൊണ്ട് പറ്റിപ്പോയതാ. അത് പടച്ചോന്പോലും പൊറുക്കാൻ കയിയാത്തതായിപ്പോയി."

അവുള്ളയുടെ വാക്കുകളിൽ ചോര പൊടിയുന്നതുപോലെ...

പുഞ്ചച്ചാലിന്റെ കരയോരത്തെ കൈതച്ചെടികൾക്ക് മറവിൽ കുഞ്ഞിപ്പാത്തു കുന്തിച്ചിരുന്ന് ഓക്കാനിച്ചതും പിന്നെ തോട്ടിലെ തണുത്തവെള്ളത്തിൽ മുഖം കഴുകി നിവർന്നപ്പോൾ മുൻപിൽ തന്നെക്കണ്ട് നിഷ്കളങ്കമായി ചിരിച്ചതും കുറുപ്പിന്റെ മനസ്സിന്റെ കണ്ണാടിയിൽ മായാതെയുണ്ട്. പാവം കുഞ്ഞിപ്പാത്തു, അവൾക്ക് ഒന്നുമറിയില്ല.

"ഞമ്മളെ നിക്കാഹ് കയിഞ്ഞിറ്റ് പതിനൊന്ന് കൊല്ലം കയിഞ്ഞീക്ക്ന്ന്.

പക്കേങ്കല് ഓള് പെറ്റില്ല. പെറുവ്വയൂല്ല.. ഓള് മച്ചിയാന്ന് ഞമ്മക്ക് തിരിഞ്ഞിക്ക്.."

കാലാകാലം ക്ഷൗരംചെയ്ത് കിട്ടിയതൊക്കെ അവുള്ള കോഴിക്കോടു ചെന്ന് മരുന്നിനും ഡോക്ടർമാർക്കുമായി ചെലവാക്കി. കേൾവികേട്ട ഡോക്ടർമാരെയെല്ലാം കാണിച്ചു. പരിശോധിക്കാനുള്ളതെല്ലാം പരിശോധിച്ചു. എന്നിട്ടും സാജിറ പ്രസവിച്ചില്ല..

"എന്ന പടച്ചോൻ ശിഷ്ഷിച്ചതാ, കുറുപ്പേ." അവുള്ള പറയുന്നു. "അയിന് തടുപ്പോറില്ല. അനുബവിക്കല്ലാണ്ട് ബേറെ ന്‌വൃത്തീല്ല..

ഒടുക്കം ദുനിയാവില് ഒര് പെണ്ണും പറയാത്ത ഒര് കാരിയം ഓള് പറഞ്ഞി, ഇങ്ങള് ഒര് രണ്ടാംകെട്ട് കെട്ടിക്കോളീം- ന്ന്.

അത് കേട്ട് ഞമ്മളെ നെഞ്ഞ് പെടഞ്ഞ്പോയി കുറുപ്പേ. ഒന്നിനത്തെന്നെ പോറ്റാൻ കയിവില്ലാത്തെ ഒരൊസ്സാനിക്ക് രണ്ടാംകെട്ട്... ഇതെന്താ കളിയാ."

തലമുറകളുടെ നൈരന്തര്യം പാതിവഴിയിൽ അറ്റുപോകുന്നതിന്റെ ദുഃഖം മനസ്സിൽ കൊണ്ടുനടന്ന രാവുകളിൽ എന്നിട്ടും അവുള്ള ഇസ്മായിലിനെ സ്വപ്നം കണ്ടുണർന്നു. അവൻ ചെവിയിൽ കടിച്ച് ചിരിക്കുന്നു.

"ഇങ്ങള് പറഞ്ഞിറ്റല്ലേ, കുറുപ്പേ, ഞാങ്കദീശുമ്മാന്റെ പൊരേല് പയ്യിനകറക്കാമ്പോയ്യേ?"

അവുള്ള ചോദിക്കുന്നു.

"എന്നിറ്റ് എന്ന കുറ്റംപറേന്നെ ആരോടെങ്കിലും ഇങ്ങളത് പറഞ്ഞോ...

കുതിരച്ചങ്കരനെ ഞാമ്പിളിച്ചത് ഓന സഹായത്തിന് വിളിച്ചോളാൻ ഇങ്ങള് പറഞ്ഞോണ്ടല്ലേ, കുറ്പ്പേ."

അവന് മുമ്പിൽ ഗോപാലക്കുറുപ്പ് ഉത്തരംമുട്ടി നിന്നു.

അവൻ പിന്നെയും കുറെനേരം മഴയത്തുനിന്നു. പിന്നെ തിരിച്ചു നടന്നു.

വാതിൽപ്പാളിയുടെ മറവിൽ എല്ലാം കേട്ടുനിന്ന കുറുപ്പിന്റെ ഭാര്യ ചോദിച്ചു: "എന്തേനും?"

കുറുപ്പ് വാതിലടച്ചു. കോലായിലെ വെളിച്ചമണയ്ക്കാൻ കുറുപ്പ് പിന്നെയുമല്പനേരം മടിച്ചുനിന്നു. ഒടുവിൽ കട്ടിലിൽ കാലും നീട്ടി മലർന്നു കിടന്നു.

ഉറക്കം വരുന്നില്ല. പുറത്ത് കാലവർഷം താളക്കൊഴുപ്പോടെ തിമിർത്താടുന്നു.

അയാൾ പറഞ്ഞു:

"കർമ്മദോഷംന്നല്ലാണ്ട് എന്താ പറയ്യ്യ, കാർത്ത്യായിനീ.."

പ്രഭാതത്തിൽ തോട്ടുംകരയിൽ ബസ് പിടിക്കാനെത്തിയവർ പണി തീരാത്ത ഇരുനിലക്കെട്ടിടത്തിന്റെ ചുവരിൽ പതിച്ച പുതിയ പോസ്റ്റർ വായിച്ചു;

"മുക്രിയെ ആക്രമിക്കാൻ ദുർന്നടപ്പുകാരിയെ ചട്ടംകെട്ടിവിട്ട ഹിന്ദു വർഗ്ഗീയവാദികളെ തിരിച്ചറിയുക."

പോസ്റ്റർ വായിച്ച് തോട്ടുംകരക്കാർ പുരികം ചുളിച്ചു.

പിറ്റേന്ന് സ്രാമ്പിക്കടുത്ത് കെട്ടിയ അനേകം കൊടികൾ കണ്ട് അവർ പകച്ചു.

കൊടികൾക്കെല്ലാം ഇലകളുടെ നിറമായിരുന്നു.

"ഇതുപോലത്തെ ഘട്ടങ്ങളിലാണ്, ചന്തമ്മാ, നമ്മള് കാദറ്ക്കയെപ്പോലുള്ളവരെക്കുറിച്ച് ചിന്തിക്കാനുള്ളത്." കുറുപ്പ് പറഞ്ഞു.

വൈകുന്നേരം തോട്ടുംകരയിൽ സാമാന്യം വലിയ ഒരു പ്രകടനം നടന്നു. പ്രകടനത്തിന് മുൻനിരയിൽ ഗോപാലക്കുറുപ്പും ഉദയശങ്കരനും ഇസ്മയിലും ഉസ്മാനുമുണ്ടായിരുന്നു. അവർ കാദറിക്കയേയും മറ്റനേകം സഖാക്കളേയും ഓർമ്മിപ്പിക്കുന്ന പ്ലക്കാർഡുകൾ ഉയർത്തിപ്പിടിച്ചിരുന്നു.

അവർ ദുസ്സൂചനകൾ തിരിച്ചറിയുകയായിരുന്നു.

പ്രകടനം കഴിഞ്ഞ് ആളൊഴിഞ്ഞശേഷം പഴയ ബിൽകലക്ടർ മൊയ്തു ഗോപാലക്കുറുപ്പിന്റെ ചെവിയിൽ സ്വകാര്യത്തിലൊരു കാര്യം പറഞ്ഞു: "എനക്കൊര് സംശ്യേണ്ട് കുറുപ്പേ."

കുറുപ്പ് ചെവികൂർപ്പിച്ചു.

"ഇതെല്ലം ആ ചെന്താമരാച്ചൻ ബസിന്റെ കണ്ടക്ട്ടറെ കളിയാന്നോന്ന്.

അല്ലേങ്കല് ഓനെന്തിനാ ഒറങ്ങിക്കെടന്ന ചങ്കരനെ എണീപ്പിച്ച് രണ്ടീസം ബെഞ്ചുംകൊണ്ട് പോയത്."

ആൽമരത്തിൽ ഇലകളിളകി, കാറ്റ് വീശിക്കൊണ്ടിരുന്നു.

കാഷായവസ്ത്രം ധരിച്ച ഒരു മദ്ധ്യവയസ്കൻ

തോട്ടുംകരയിലെ നനഞ്ഞ കാറ്റിൽ കാഷായവസ്ത്രധാരിയായ ഒരുമദ്ധ്യവയസ്കൻ പുഞ്ചച്ചാലിന്റെ കരയോരത്തുകൂടെ നടന്നുവന്നു. അയാൾ അവുള്ളയുടെ ക്ഷൗരക്കടയ്ക്ക് മുമ്പിൽ നിന്നു.

മഴക്കാറ് മൂടിയ രാത്രി. ചുറ്റും ചീവീടുകളുടെ ശബ്ദം. വഴികളിൽ ഇരുളിന്റെ കട്ടിക്കമ്പിളി നിവർത്തിയിട്ടപോലെ. ദിശകൾപോലും തിരിച്ചറിയാൻ കഴിയുന്നില്ല. എന്നിട്ടും ഒരു പൂർവ്വനിയോഗത്തിന്റെ ബലത്തിലെന്നപോലെ അയാൾ നടക്കുകയാണ്.

പൊന്നാറത്ത് പറമ്പിന്റെ കോലായിൽ വെളിച്ചം കുറഞ്ഞ ബൾബ് കത്തുന്നുണ്ട്. അതിന്റെ വെളിച്ചത്തിൽ അയാൾ ഒതുക്കുകല്ലുകൾ കയറി കോലായിൽ നിന്നു. പിന്നെ പതിഞ്ഞ ശബ്ദത്തിൽ വിളിച്ചു:

"അമ്മേ.."

അകത്ത് മുത്തശ്ശിമാത്രം ഉറക്കംവരാതെ കിടക്കുകയായിരുന്നു. ഒറ്റ വിളിയിൽ അവർ മകന്റെ വിളികേട്ടു. പുറത്തുനിന്ന് പിന്നെ വിളിയുണ്ടായില്ല. എന്നിട്ടും അവർ എഴുന്നേറ്റ് വാതിൽ തഴുത് നീക്കി. അമ്മയ്ക്കും മകനുമിടയിൽ നിജജന്മകാലത്തിന്റെ അകലങ്ങളുയർത്തിയ മതിലുകൾ ഇടിഞ്ഞുവീണു.

അവർ വിളിച്ചു:

"മോനേ, ജയനാരായണാ.."

അകത്ത് ദാമോദരൻ മാഷും ഭാര്യയും ഉണർന്നു. അവസാനം മകൾ രാധികയുമുണർന്നു. അവർ ആഗതനെ ശ്രദ്ധിച്ചു. ആഗതന് മുക്കാലും നരച്ചമുടി. വെടിപ്പില്ലാത്ത താടി. അശ്രദ്ധമായി വളർന്നുനിൽക്കുന്ന നഖങ്ങൾ. നനവിൽ കുതിർന്ന് മുഷിഞ്ഞ കാവിവസ്ത്രം.

അയാൾക്ക് അല്പം മുമ്പോട്ട് വളഞ്ഞ രൂപം..

ഇത് പലകാലം കേട്ട് മനസ്സിൽ തറഞ്ഞ രൂപമേ അല്ലയെന്ന് രാധിക യുടെയും സൗദാമിനിയമ്മയുടെയും മനസ്സ് പറഞ്ഞു.

മുത്തശ്ശി അയാളെ ചേർത്തുപിടിച്ച് കരഞ്ഞു:

"മോനേ, ജയനാരായണാ..

ഇഞ്ഞി പോയിറ്റ് ഇന്നേക്ക് നാപ്പത്തിരണ്ട് കൊല്ലോം ഏഴ് മാസോം ഇരുപത് ദിവസോ ആയിരിക്ക്ന്ന്.." മുത്തശ്ശി മനസ്സിൽ കൊള്ളാത്ത ഏതൊക്കെയോ മലയാളവർഷവും മാസവും പറയുന്നുണ്ടായിരുന്നു.

"ആദ്യം കുളിച്ച് ഈ വേഷോക്കെ മാറ്റി വരാ.." ദാമോദരൻ മാഷ് പറഞ്ഞു.

"അതിന് മുമ്പ് എന്തെങ്കിലും കുടിക്കണംന്ന് തോന്ന്ന്ണ്ടോ?"

അയാൾ കാഷായനിറത്തിലുള്ള തോൾസഞ്ചി മടിയിൽവച്ച് ബെഞ്ചി ലിരുന്നു. പിന്നെ സൗദാമിനിയമ്മ കൊടുത്ത കരിങ്ങാലിവെള്ളം കുടിച്ചു.

"ദാമോദരന്റെ ഭാര്യ..?"

"അതെ."

"സൗദാമിനി, ഇത് ജയശ്രീ... അല്ലേ?"

"അല്ല, രാധിക്യാ." രാധികയാണ് മറുപടി പറഞ്ഞത്.

"അപ്പോ, ജയശ്രീ?"

"ഇവിടില്ലാ.."

ആഗതന്റെ അറിവിന്റെ ശേഖരങ്ങൾ ജയശ്രീയിൽ അവസാനിക്കു കയായിരുന്നു.

അയാൾ തോൾസഞ്ചി തുറന്ന് അതേനിറമുള്ള ഒരു തോർത്ത് പുറ ത്തെടുത്തു. അത് കൂടാതെ സഞ്ചിയിൽ പിഞ്ഞിത്തുടങ്ങിയ ഒരു ജോടി വസ്ത്രവും ചുവപ്പ് ചട്ടയുള്ള ഒരു തടിച്ച പുസ്തകവും മാത്രമേ ഉണ്ടാ യിരുന്നുള്ളു. അയാൾ അവയെല്ലാം ഒന്നൊന്നായി ബെഞ്ചിൽ വച്ചു. മാഷ്മാത്രം ആ പുസ്തകം തിരിച്ചറിഞ്ഞു.

"അപ്പോ സന്ന്യാസോം കമ്യൂണിസവും ഒന്നിച്ച് എങ്ങന്യാ?" മാഷ് ചോദിച്ചു.

ജ്യേഷ്ഠൻ ചിരിച്ചു, നിറംമങ്ങി വിളർത്ത ചിരി. അയാൾ പറഞ്ഞു:

"ഒന്നും ഒന്നുമായിട്ടും പൊരുത്തപ്പെടുന്നില്ല-നിയാ."

പിന്നെ അല്പനേരത്തെ ശ്രദ്ധാപൂർണ്ണമായ മൗനം. അയാൾ തുടർന്നു:

"പൊരുത്തം എന്നത് ഒരു ഉടമ്പടി മാത്രമാണ്... സന്ധിതേടുന്നവർക്ക് സമാധാനത്തിനുള്ള ഒരു കുറുക്കുവഴി."

അയാൾ തിരികെ പുസ്തകം സഞ്ചിയിലേക്ക് വയ്ക്കുന്നതിനിടയിൽ രാധികയെ നോക്കി.

"ഒക്കെ ഒരോർമ്മയാണ് കുട്ടീ. അതിനും ഒരു നിമിത്തം വേണമല്ലോ."

അയാൾ തോർത്തിനൊപ്പം മുണ്ടും നിവർത്തി കുടഞ്ഞ് തോളിലിട്ടു.

"ഒന്ന് കുളിക്കണംന്ന്ണ്ടായിരുന്നു."

നേർത്ത നാട്ടുവെളിച്ചത്തിൽ പരിചിതമായ വഴിയിലൂടെയെന്ന പോലെ അയാൾ കിണറ്റിൻകരയിലേക്ക് നടന്നു...

വയലുകടന്ന് പുഞ്ചച്ചാലും കടന്ന് പൊന്നാറത്ത് തറവാടിന്റെ കോലായിലെത്തിയ കാറ്റിൽ അയാൾ അർദ്ധപത്മാസനത്തിലിരുന്നു. പിന്നെ ഒരു പുല്ലുപായിന് ചോദിച്ചു.

"അകത്ത് കെടന്നൂടേ..."

"വേണ്ട, ഞാനിവിടെ കിടന്നോളാം. എനിക്ക് ഒരു പുല്ലുപായ് മതി.."

അയാൾ അമ്മ കൊണ്ടുക്കൊടുത്ത കമ്പിളിപ്പുതപ്പിനുള്ളിൽ ഒരു ഗർഭസ്ഥശിശുവിനെപ്പോലെ ചുരുണ്ടുകിടന്നു. അത് നോക്കി മുത്തശ്ശി കണ്ണുകൾ തുടച്ചു.

"ലൈറ്റ് വേണമെന്നില്ല.."

"സാരോല്ല, അതിരുന്നോട്ടെ. രണ്ട്സായിട്ട് ഇവ്ടെ വോൾട്ടേജ് കൊറവാ"- മാഷ് വാതിലടച്ചു തഴുതിട്ടു.

"എന്താന്നും ഏതാന്നും അറിയാണ്ട് ജ്യേഷ്ഠനാന്നും പറഞ്ഞ് വന്ന ഒരാളെ എന്ത് ധൈര്യത്തിലാ ഇക്കാലത്ത് അകത്ത് കയറ്റിക്കെടത്ത്വാ?" അകത്ത് സൗദാമിനി അമ്മ ചോദിക്കുന്നു.

പ്രഭാതത്തിൽ മുറ്റമടിക്കാനിറങ്ങിയ രാധിക തലയ്ക്കൽ ചുവന്ന ചട്ടയുള്ള പുസ്തകംവച്ച് ശാന്തമായുറങ്ങുന്ന വലിയച്ഛനെ നോക്കി.

ഓർമ്മകൾ പൊയ്പ്പോയ കാലത്തിന്റെ കിളിവാതിലിൽ പറന്നെത്തുന്ന വെളുത്ത ശലഭങ്ങളാണെന്ന് ചേച്ചി നോട്ടുപുസ്തകത്തിൽ കുറിച്ചിട്ടത് അവളിപ്പോൾ ഓർക്കുന്നു. ഈ ശാന്തനിദ്രയിൽ വലിയച്ഛന് അവയുടെ ആവാസം എവിടെയായിരിക്കാം. മനസ്സിൽ സ്പന്ദനങ്ങളുണർത്തുന്ന എന്തും ചേച്ചിക്ക് നോട്ടുപുസ്തകത്തിൽ കുറിച്ചു വയ്ക്കാനുള്ള കവിതകളായിരുന്നു.

പത്തുമണിക്ക് മുൻപ് രണ്ട് ട്യൂഷനും തീർത്ത് ദാമോദരൻ മാഷ് തോട്ടുംകരയിൽ വന്നു. ചന്തമ്മന്റെ പീടികയിൽ ആളൊഴിഞ്ഞിട്ടുണ്ട്.

മാഷ് കുടപൂട്ടി പീടികക്കോലായിൽ കയറി.

"വിവരോക്കെ അറിഞ്ഞു, മാഷേ." ചന്തമ്മൻ പറഞ്ഞു. "ഒറ്റ കാഴ്ചേല് പെറ്റ പാറുക്കുട്ട്യമ്മക്ക് പോലും തിരിച്ചറിയാനായില്ലാന്ന് കേട്ട്. കൊല്ലം പത്ത്നാപ്പത് കയിഞ്ഞില്ലേ."

മാഷ് നനഞ്ഞ കുട കാല്ക്കൽ ചാരിനിർത്തി ബെഞ്ചിലിരുന്നു. ചന്തമ്മൻ ചൂടിലൊര് ചായയടിച്ച് മാഷിന്റെ മുമ്പിൽ വച്ചു.

"നീക്കീരിപ്പ് കാര്യായിറ്റ് വല്ലതുംണ്ടോ, മാഷേ, സഞ്ചീല്?"

"-ണ്ട്."

മാഷ് പറഞ്ഞു, "ഒരു പഴയ പുസ്തകം. നാല്പത്തിരണ്ട് കൊല്ലത്തെ ഓർമ്മ്യാത്രേ."

മാഷ് ഒറ്റവലിക്ക് ചായ കുടിച്ചുതീർത്തു. പിന്നെ കാലാകാലമായി മനസ്സിലിട്ടു കൊണ്ടുനടന്ന ദുഃഖം ഒരു ദീർഘനിശ്വാസത്തിലൊതുക്കി ഗ്ലാസ് മേശപ്പുറത്ത് വച്ചു. എന്നിട്ട് അതിന്റെ വായ്മുഖം കൈപ്പത്തി ചേർത്തടച്ചുപിടിച്ച് ഏറെനേരം തലകുമ്പിട്ടിരുന്നു.

"നിസ്വനാണ്, ചന്തമ്മാ.

ഒക്കെ ഒരു വലിയ വട്ടപ്പൂജ്യാന്ന് വിചാരിച്ചാല് എളുപ്പായി."

മാഷിന്റെ ശബ്ദത്തിന് പതിവില്ലാത്ത തളർച്ച. അയാൾ എഴുന്നേറ്റു. ഇനി എങ്ങോട്ട് പോകണമെന്ന് നിശ്ചയിക്കാനാവുന്നില്ല. മാഷ് ഇറയത്തിറങ്ങി നിന്നു. വീട്ടിലോട്ട് ചെല്ലാൻ മനസ്സ് വരുന്നില്ല.

പത്തുമണിക്കുള്ള ചെന്താമരാക്ഷന്റെ കിതപ്പ് സ്രാമ്പിക്കടുത്ത് എത്തിയിരിക്കുന്നു.

മാഷ് ധൃതിയിൽ ബസിന് കൈനീട്ടി.

വടകരച്ചെന്ന് കദീശുമ്മയെ കാണാം.

"ഒരു ടിക്കറ്റ്, വടേരക്ക്.."

ആലിലയിളകുന്ന ജാലകത്തിനരികെ കഴുത്തോളം പുതച്ച് കദീശുമ്മ കിടക്കുകയാണ്. മാഷ് പതുക്കെ കട്ടിലിൽ പിടിച്ചു. കദീശുമ്മയ്ക്ക് ഒരനക്കവുമില്ല.

"ഒരിക്കലും വരില്ലാന്ന് വിചാരിച്ച ഒരാള് ഇന്നലെ കയറിവന്നിരിക്ക്ന്ന്."

അയാൾ തലചെരിച്ച് കദീശുമ്മയുടെ കാതോടുചേർത്ത് വളരെ ശബ്ദം താഴ്ത്തിപ്പറഞ്ഞു: "ജ്യേഷ്ഠൻ, ജയന്നാരായണൻ.."

കദീശുമ്മയുടെ മിഴികളിളകിയോ...

കടക്കണ്ണിൽ നനവുണ്ടല്ലോ...

മാഷ് ചുമലിലെ വേഷ്ടിത്തുമ്പുയർത്തി കദീശുമ്മയുടെ മിഴിനീരൊപ്പി:

"വന്നില്ലായിരുന്നെങ്കില് വരുംന്നൊര് പ്രതീക്ഷ വച്ചിരിക്കാരുന്നു.

ഒരിക്കലും വന്നില്ലെങ്കില് ഇവിടെ, ഈ തോട്ടുങ്കരേല് ആദർശധീരനായ ഒരു വിപ്ലവകാരി ഉണ്ടായിരുന്നു, എന്ന് വരുന്ന തലമുറക്കെങ്കിലും പറഞ്ഞ് നടക്കായ്രുന്നു,

ചരിത്രത്തിന് കാദറിക്കയോടൊപ്പം ജയന്നാരായണന്റെയും പേരുവച്ച് അഭിമാനിക്കായിരുന്നു,

നാടിന്റെ വിപ്ലവ നക്ഷത്രങ്ങളെന്ന്."

കദീശുമ്മയുടെ കണ്ണുകൾ പിന്നെയും നനയുന്നു.

ജാലകപ്പഴുതിൽ ആലിലകളിളകി. അവയുടെ കൂർത്ത മുനകളിൽ മഴത്തുള്ളികൾ തൂങ്ങിയാടി.

"മരിച്ചുപോയീന്ന് കേട്ടെങ്കില് ഇത്രയ്ക്കും വെലിയ ദുഃഖോണ്ടാവില്ലായിർന്നു, കദീശുമ്മാ." മാഷ് സ്വന്തം കണ്ണുകൾ അടച്ചുപിടിച്ചു. അവിടെ പടർന്ന നനവ് പതുക്കെ ഒപ്പിയെടുത്തു.

"ഇതൊന്ന് പറയാനും അറീക്കാനും മാത്രായിട്ടാ വന്നത്. ഇപ്പോ മനസ്സീന്ന് ഒരു ഭാണ്ഡക്കെട്ട് ഇറക്കിവെച്ചത്പോലെണ്ട്. ഒരു ഭാരം കൊറഞ്ഞ് കിട്ട്യപോലെ-

പോട്ടേ,

പോട്ടേ ഉമ്മാ.."

അയാൾ പതുക്കെ പുറത്തിറങ്ങി. കോണിപ്പടികൾ വഴുക്കുന്നുണ്ട്.

പുറത്ത് പിന്നെയും മഴ പെയ്തുതുടങ്ങിയിരിക്കുന്നു.

രാധിക പിന്നെയും കത്തെഴുതുകയാണ്

പടഞ്ഞാറ്റയിൽ മുത്തശ്ശി കിടക്കുന്ന കട്ടിലിനോട് ചേർത്ത് മേശ വലിച്ചിട്ട് രാധിക എഴുതുകയാണ്-

പ്രിയപ്പെട്ട ചേച്ചീ,

ഇത് ഞാൻ ചേച്ചിക്കെഴുതുന്ന മൂന്നാമത്തെ കത്താണ്.

ആദ്യത്തേത് ഞങ്ങളുടെ കോളേജിൽവച്ചു നടന്ന യൂണിവേഴ്സിറ്റി കലോത്സവത്തിൽ എന്റെ കവിതയ്ക്ക് രണ്ടാം സമ്മാനം കിട്ടിയ വിവരം അറിയിക്കാനായിരുന്നു. അതിലെ ചില വരികൾ ഞാൻ ചേച്ചിയിൽനിന്ന് കടംകൊണ്ടതായിരുന്നു. യഥാർത്ഥത്തിൽ ആ സമ്മാനം ചേച്ചിക്കും കൂടി അവകാശപ്പെട്ടതാണെന്ന് ഞാനന്ന് എഴുതിയിരുന്നു. ആ എഴുത്ത് കിട്ടിക്കഴിയുമ്പോൾ എന്തായാലും ചേച്ചി വരുമെന്ന് ഞാൻ വിചാരിച്ചു. എന്റെ പ്രതീക്ഷയെ വിശ്വസിച്ച് ചേച്ചിയുടെ വരവും നോക്കി അച്ഛൻ റെയിൽവേ സ്റ്റേഷനിലേക്ക് പുറപ്പെട്ടു. പാവം മുത്തശ്ശി അകത്ത് കയറാതെ നടവഴിയിൽ കണ്ണുംനട്ടിരുന്നു.

രണ്ടാമത്തെ എഴുത്തെഴുതിയപ്പോഴും, ചേച്ചീ, ഞാനങ്ങനെതന്നെ വിശ്വസിച്ചിരുന്നു. അന്ന് ചേച്ചിയെ സ്വീകരിക്കുവാൻ എല്ലാവർക്കുംപുറമെ പത്ത് വർഷങ്ങളുടെ കറുത്തയവനികയ്ക്കപ്പുറത്തെ കാതരമായ മനസ്സുമായി ഉദയേട്ടനുമിരുന്നു. പക്ഷേ, ചേച്ചി വന്നില്ല. എങ്കിലും എന്റെ കത്ത് കിട്ടിയിരിക്കുമെന്നുതന്നെ ഞാൻ കരുതുന്നു. ഇപ്പോൾ ഞാൻ പിന്നെയും എഴുതുകയാണ്, ചേച്ചീ,

മറ്റൊരു വിവരമറിയിക്കാൻ-

ഒരിക്കലും വരില്ലെന്ന് കരുതിയിരുന്ന ഒരു മനുഷ്യൻ ഇന്നലെ രാത്രിയിൽ ഇവിടെ തിരിച്ചുവന്നിരിക്കുന്നു.

മനസ്സിൽ വസന്തത്തിന്റെ ഇടിമുഴക്കവുമായി നാല് പതിറ്റാണ്ടുകൾക്ക് മുമ്പ് ഇവിടംവിട്ടിറങ്ങിയ ഒരു വലിയച്ഛൻ. അത് സ്വന്തം ജ്യേഷ്ഠനാണെന്ന് തറപ്പിച്ച് പറയാൻ അച്ഛനും മകനാണെന്ന് പറയാൻ മുത്തശ്ശിക്കും ആവാത്തവിധം അയാൾ അത്രയേറെ മാറിപ്പോയിരിക്കുന്നുവത്രെ.

ഒരു കാലത്ത് മുത്തശ്ശി പേർത്തും പേർത്തും പറഞ്ഞിരുന്ന കണ്ണിന്റെ തിളക്കവും ചൊടികളിലെ പ്രകാശവും അറിവിന്റെ മുഴക്കമുള്ള ശബ്ദവുമൊന്നും ഇന്നാ മനുഷ്യനിലില്ല. അയാൾ പഴകിപ്പിഞ്ഞിയ കാഷായ വസ്ത്രങ്ങൾക്കുള്ളിലെ നിരാലംബമായ ഏതോ ജന്മത്തെ പുണർന്നിരിക്കുന്ന ഒരു വൃദ്ധനെപ്പോലെ. അയാൾ അമ്മയെക്കുറിച്ചും ചേച്ചിയെക്കുറിച്ചും ചോദിച്ചു. എന്നെക്കുറിച്ച് അയാൾക്ക് കേട്ടറിവുപോലുമില്ലായിരുന്നു.

അയാൾ മുറ്റത്തെ തെങ്ങിൽനിന്ന് വരണ്ടുവീണ ഒരു നാളീകേരം പോലെ ഇവിടെ ഈ കോലായിൽ കിടക്കുന്നുണ്ട്..

ചെറുമകൾ പാതിരാവിൽ ഉറക്കമിളച്ച് എഴുതുന്നതുകണ്ട് മുത്തശ്ശി ചോദിച്ചു:

"ഇഞ്ഞ്യെന്താ കവിതയെഴുത്വാ-?"

"കവിതയൊന്ന്വല്ല, മുത്തശ്ശീ... ഇത് വെറുതേ.."

വെറുതെ തോന്നുന്നത്-ന്ന്യാ കുട്ടീ കവിത-എന്ന് പണ്ടത്തെപ്പോലെ എന്തുകൊണ്ടോ മുത്തശ്ശി പറഞ്ഞില്ല. പകരം കവിതമാത്രം വേണ്ട മോളേ എന്ന അർത്ഥത്തിൽ തലയിളക്കിക്കൊണ്ടിരുന്നു.

പണ്ട്, ഇവിടെ കവിതകൾ ചൊല്ലിനടന്ന ഒരു കുട്ടിയുണ്ടായിരുന്നു.

മുത്തശ്ശി പലതവണ പറഞ്ഞതാണ്..

ഏതൊക്കെയോ കർമ്മപഥങ്ങളിലൂടെ അവൻ കാര്യമറിയാതെ സഞ്ചരിച്ചു. അവസാനം ആരുമാരുമറിയാതെ ആരോടുമൊന്നും പറയാതെ ഇറങ്ങിപ്പോയി. അവനിറങ്ങിയതിന്റെ പിറ്റേന്ന് മുതൽ രാവും പകലുമില്ലാതെ ഈ വീടിനുചുറ്റും പൊലീസിന്റെ ബൂട്ടുകൾ ഒച്ചവച്ചു നീങ്ങിക്കൊണ്ടിരുന്നു.

പിന്നെയൊരുവൻ കോണിക്കലെ സിമന്റുതിണ്ണയിലും കശുമാവിന്റെ താഴ്ന്ന കൊമ്പിലും മലർന്നുകിടന്ന് ആകാശം നോക്കി ഉറക്കെയുറക്കെ കവിതകൾചൊല്ലി രസിച്ചു. അവൻ ഇരുപത് തികയുന്ന കാലത്ത് ജയിലിലായി.

മുത്തശ്ശി കുഴിഞ്ഞ കൺതടങ്ങളിൽ വിരലുവച്ച് നെടുവീർപ്പിട്ടു.

കോലായിൽ വലിയച്ഛൻ ചുമയ്ക്കുന്നതുകേട്ട് അച്ഛൻ വാതിൽ തുറന്നു.

"അകത്ത് കെടന്നൂടേ.." അച്ഛൻ പിന്നെയും ചോദിക്കുന്നു: "ഈ മഴച്ചാറ്റലിൽ ഇങ്ങനെ തണുപ്പും പിടിച്ച്..."

തോട്ടുംകരയിൽ ആൾക്കൂട്ടംകണ്ട് ദാമോദരൻ മാഷ് നിന്നു. രാവിലെ ചിറയ്ക്കപ്പുറത്ത് അടിയോടിയുടെ വീട്ടിലെ ട്യൂഷനുംകഴിഞ്ഞ് വരികയായിരുന്നു, മാഷ്.

ചന്തമ്മന്റെ പീടികയിലെത്തി പ്രഷറിന്റെ ഗുളിക കഴിക്കാനല്പം ചൂടു വെള്ളം വാങ്ങണം. പിന്നെ കോറോത്തെ അമ്മതിന്റെ കടയിൽക്കയറി യൊന്ന് മുറുക്കണം. എന്നിട്ട് നേരെ പിലാക്കൂലെ ട്യൂഷന് എത്തണം. അതുകൂടി കഴിയുമ്പോൾ നേരം ഒൻപതരയാവും.

മാഷ് അറച്ചറച്ച് ആൾക്കൂട്ടത്തിനരികിലേക്ക് ചെന്നു.

"എന്താ..

എന്താ വിഷയം?" മാഷ് ചോദിച്ചു.

കൂട്ടംകൂടിനിന്നവർ അറിഞ്ഞില്ലേ എന്ന ഭാവത്തിൽ മാഷിനെ നോക്കി.

"ഇല്ലാ-"

"കദീശുമ്മ മരിച്ചുപോയി."

തലയ്ക്ക് മുകളിൽ ഞാറ്റുവേലപ്പക്ഷി കരഞ്ഞു. കൺമുമ്പിൽ നേർത്ത ജലപടങ്ങൾ നിവരുന്നു. കാഴ്ചയുടെ വെളിച്ചം മങ്ങുകയാണ്..

നനഞ്ഞ നിലത്ത് കുട കുത്തിപ്പിടിച്ച് മാഷ് ബലംകൊടുത്തു...

പണ്ടുപണ്ട് അവധൂതൻ മരിച്ചുകിടക്കുന്ന വിവരം പുഞ്ചച്ചാലും ചിറ വക്കും മൂന്നടിപ്പാലവും പാലമരച്ചോടും കടന്ന് തോട്ടുംകരയിലെ കുടി ലുകളിലും കൂരകളിലും മലവെള്ളംപോലെ പരന്നൊഴുകിയതിന്റെ ഓർമ്മ കൾപോലെ കദീശുമ്മയുടെ വിവരം നാടാകെ പരന്നു. ഇടവഴികളും വയ ലുകളും താണ്ടി ദേശം മുഴുവൻ കദീശുമ്മയുടെ മുറ്റത്തേക്ക് പ്രവഹിച്ചു. തോട്ടുംകരയിലും വയലോരത്തും നടവരമ്പിലും പാതി താഴ്ത്തിക്കെട്ടിയ ചെങ്കൊടികൾക്ക് മുകളിൽ കാദറിക്കയുടെ സ്മരണകളുമായി കരിങ്കൊ ടികൾ മിഴീനീർതൂവി നനഞ്ഞുതൂങ്ങിക്കിടന്നു.

പുഞ്ചച്ചാലിലും തോട്ടുവക്കിലും ജനസഞ്ചയം നിശ്ശബ്ദരായി കാത്തുനിന്നു.

മയ്യത്തിറക്കാൻ നേരമായി. അവർ വരിവരിയായി തോട്ടുവക്കിലൂടെ മയ്യത്തിനെ അനുഗമിച്ചു. തോട്ടിൻകരയിലൂടെ കദീശുമ്മയുടെ മയ്യത്ത് പോകുന്നത് ചോർന്നൊലിക്കുന്ന പീടികക്കോലായിൽ അവുള്ള നോക്കി നിന്നു.

മയ്യത്തിന്റെ ഏറ്റവും പിറകിലായി ഗോപാലക്കുറുപ്പും ദാമോദരൻ മാഷും നടക്കുകയാണ്. ഗോപാലക്കുറുപ്പിനെ കണ്ട ധൈര്യത്തിൽ അവു ള്ള പെട്ടെന്ന് ഉറുമാല് കുടഞ്ഞ് തലയിലിട്ടു, എന്നിട്ട് രണ്ടും കല്പിച്ച് ധൃതിയിൽ അവർക്ക് പിറകെ നടന്നു.

ലാഹിലാഹ ഹില്ലള്ളാഹ്..

ലാ...ഹിലാഹാ ഹില്ലള്ളാ.....ഹ്..

ദൈവമേ നിന്നേക്കാൾ വിശിഷ്ടമായി മറ്റൊന്നുമില്ല.

ദിവ്യമന്ത്രോച്ചാരണം അവുള്ള മനസ്സിലേറ്റുരുവിട്ടു. ലാഹിലാഹ ഹില്ല ള്ളാഹ്..

തോട്ടുംകരയിൽ ജാതിമത വ്യത്യാസമില്ലാതെ സമസ്തജനങ്ങളും അതേറ്റു ചൊല്ലി.

ലാ...ഹിലാഹാ ഹില്ലള്ളാ.....ഹ്.

കുളിപ്പിച്ച്, കഫൻ ചെയ്ത്, നിസ്കാരക്കുപ്പായവും മഖനയുമുടുപ്പിച്ച് നാല് തഖ്ബീറുകളും ഏറ്റുവാങ്ങി കദീശുമ്മ പള്ളിപ്പറമ്പിലേക്ക് യാത്ര യാവുകയാണ്..

ചേച്ചീ..

കദീശുമ്മ മരിച്ചുപോയി.

ഇന്ന് പ്രഭാതത്തിലായിരുന്നു, ചേച്ചീ, പുറത്ത് മഴയടങ്ങിയ നേരം. ഗതകാലത്തിലെ അനേകമനേകം പെരുമഴക്കാലങ്ങളുടെ നിനവു കളിൽ മരംപെയ്യുന്ന ദുഃഖങ്ങളുമായി ഒരു ജീവിതചക്രം പൂർത്തിയാക്കി കദീശുമ്മ പോയി, ചേച്ചീ.

അറിഞ്ഞവർ അറിഞ്ഞവർ തോട്ടുംകരയിലെ കൊച്ചുകുടിലിലേക്ക് വന്നുകൊണ്ടിരുന്നു. ചിലരൊക്കെ നേരെ ആസ്പത്രിയിലേക്ക് ബസ് കയറി. പൊന്നാറത്ത് തറവാട്ടിൽ ജയനാരായണൻ എന്ന വലിയച്ഛൻ മാത്രം ഒന്നുമൊന്നും ഗൗനിക്കാതെ നിസ്സംഗനായി അർദ്ധപത്മാസനത്തി ലിരുന്നു.

തോട്ടുംകരയിലെ ആബാലവൃദ്ധം ജനങ്ങളുടെ അകമ്പടിയോടെയാ യിരുന്നു, ചേച്ചീ, മയ്യത്ത് നീങ്ങിയത്. മയ്യത്തിന് തൊട്ടുപിറകിൽ ഇബ്രായി മൊയില്യാരുണ്ടായിരുന്നു. മൊയില്യാരുടെ ജപമാല വിരലുകൾക്കിടയിൽ നിശ്ചലമാവുന്നത് ഞാൻ നോക്കിനിന്നു. മൊയില്യാരുടെ മുഖം പതിവി ലുമേറെ വിളറിയിരുന്നു. നരച്ച താടിരോമങ്ങൾ മനസ്സിനോടെന്തോ സങ്കടം പറയുന്നതുപോലെ..

ഇന്നലെ പാതിരനേരത്ത് പൂർത്തിയാക്കാൻ കഴിയാതെ മടക്കിവച്ച എഴുത്താണിത്. അത് നന്നായി എന്ന് ഇപ്പോൾ തോന്നുന്നു...

ചേച്ചി പറയാറുള്ള നിയതിയുടെ നിയമം.

മയ്യത്തടക്കിക്കഴിഞ്ഞശേഷം തോട്ടുംകരയിൽ ഒരനുശോചന യോ ഗമുണ്ടായിരുന്നു. അവിടെ ഉദയേട്ടൻ പ്രസംഗിച്ചു. ഉദയേട്ടന്റെ പ്രസംഗം ഞാൻ കേട്ടത് ക്ഷൗരക്കടയുടെ വടക്ക് പൊന്തക്കാടുകൾക്കരികെ നിന്നാ യിരുന്നു. അതുകേട്ട് ഞാൻ തരിച്ചുപോയി, ചേച്ചീ.

താൻ നിരപരാധിയായിരുന്നുവെന്ന സത്യം തോട്ടുംകരയിൽ നന്നായി അറിയാമായിരുന്ന ഒരേയൊരാൾ കദീശുമ്മയാണെന്ന് പറഞ്ഞ ഉദയേട്ടൻ എന്തുകൊണ്ടോ തന്നെ പത്തുകൊല്ലം ജയിലിലടപ്പിച്ച ആ കൊലപാത കത്തെക്കുറിച്ചുമാത്രം മറ്റൊന്നും പറഞ്ഞില്ല. എങ്കിലും അതുകേട്ടവർ ക്കെല്ലാം ഒരുകാര്യം വ്യക്തമായിരുന്നു, ഉദയേട്ടനെ ആരോ ചതിക്കുഴി യിൽ വീഴ്ത്തുകയായിരുന്നു, എന്ന്.

ഉദയേട്ടന്റെ പ്രസംഗം ഹൃദയസ്പർശിയായ ഒരു വിലാപകാവ്യം പോലെ സുന്ദരമായിരുന്നു.

ഈ എഴുത്തിനെങ്കിലും ചേച്ചി ഒരു മറുപടി അയക്കുക. മറ്റൊന്നിനും വേണ്ടിയല്ല, ചേച്ചീ... ചേച്ചിയുടെ നിശ്വാസത്തിന്റെ ചൂരുമായി എന്നെ ത്തേടിയെത്തുന്ന ആ കൈയക്ഷരം വെറുതെയൊന്ന് കാണാൻ. ഒന്ന് തൊട്ടുവായിക്കാൻ...

അതിനുവേണ്ടി മാത്രം.

എന്ന്

സ്വന്തം അനുജത്തി രാധിക.

ഭാഗം 3
കൊല്ക്കൊത്തയിൽനിന്നും ഒരാൾ

സന്ധ്യകഴിഞ്ഞ നേരത്ത് കോൺക്രീറ്റ് പാലം കടന്ന് വഴിക്രമത്തിൽ മൂന്ന് ലോറികൾ മൊട്ടാലിലേക്ക് തിരിഞ്ഞു. മൂന്ന് ലോറികളിലും നിറയെ സാധനങ്ങളും ആദ്യത്തെ രണ്ടെണ്ണത്തിൽ മൂന്നുനാല് പണിക്കാരുമുണ്ടായിരുന്നു.

ഏറ്റവും മുമ്പിലത്തെ ലോറിയിൽ കെട്ടിടത്തിന്റെ മേൽക്കൂരയ്ക്കാവശ്യമായ കനമുള്ള പൈപ്പുകളും ഇരുമ്പ് ദണ്ഡുകളും അട്ടിയായി അടുക്കിവച്ച തകരഷീറ്റുകളുമായിരുന്നു. തൊട്ടടുത്ത ലോറി വലിയ ടാർപോളിൻ വച്ച് വലിച്ചു വൃത്തിയായി മൂടിക്കെട്ടിയതാണ്. അതിനാൽ അതിനകത്തുള്ളത് എന്തൊക്കെയാണെന്ന് വ്യക്തമല്ലായിരുന്നു. മൂന്നാമത്തെ ലോറിയിൽ എന്തൊക്കെയോ യന്ത്രഭാഗങ്ങളും ചില്ലറ കെട്ടിട സാമഗ്രികളുമായിരുന്നു.

മുൻപിൽ പോയ ലോറി വഴി നന്നായി തിട്ടമുള്ള ആരോ ആണ് ഓടിച്ചുപോയത്. അയാൾ വണ്ടി ഇടത്തോട്ട് തിരിച്ച് യാതൊരു ശങ്കയുമില്ലാതെ മൊട്ടാലിലേക്കുള്ള വളവുതിരിഞ്ഞ് കയറ്റം കയറി...

എന്നാൽ പിറകെപോയ രണ്ട് ലോറികളും സംശയിച്ചും തോട്ടുംകരയിൽ അറച്ചറച്ച് നിന്നും നിരങ്ങിയുമാണ് നീങ്ങിയത്. അവർക്ക് ഭാഷയുടെ പ്രശ്നവുമുണ്ടായിരുന്നു.

തോട്ടുംകരക്കാർക്ക് അത് അനുഭൂതിദായകമായ കാഴ്ചയായിരുന്നു. കുറേനാളായി അവർ സങ്കല്പിച്ചുനടന്നത് സംഭവിക്കാൻ പോകുന്നതുപോലെ. അതിനാൽ അവർ ആവേശത്തോടെ റോഡിലിറങ്ങി ലോറികൾ പറത്തിവിട്ട പൊടിക്കാറ്റ് വലിച്ചുകയറ്റി.

"എഡാ, ചങ്കരാ.."

ചന്തമ്മൻ വിളിച്ചു. "യ്യൊന്ന് മൊട്ടാലില് വെരെ ചെന്ന് നോക്കെ

ഡാ, കുതിരേ."

ശങ്കരൻ നനഞ്ഞ തോർത്ത് പിഴിഞ്ഞുടുത്തു, ലോറിക്കാഴ്ച കണ്ണിലുറപ്പിച്ചു, എന്നിട്ടെന്തോ പോരിനിറങ്ങുന്നപോലെ മനസ്സുറപ്പ് വരുത്തി.

"എന്തെങ്കിലും കാര്യോണ്ടാവ്വെ-ഡാ, ഒന്ന് വേഗം ചെന്നുനോക്ക്.."

പൊടിപടലങ്ങൾ തീർത്ത മേഘക്കൂടുകളിലൂടെ ലോറികളുടെ പിൻവെളിച്ചം നുണഞ്ഞ് ശങ്കരൻ വേഗംവേഗം നടന്നു. നടത്തയിൽ അവന്റെ കാൽമുട്ടുകൾ അത്തക്കം പിത്തക്കം മുട്ടിയും വിട്ടകന്നും കളിച്ചു.

ഇരുളിന്റെ പാളികൾ തുരന്ന് ആറ് തീക്കണ്ണുകൾ മൊട്ടാലിന്റെ വിജനതയിലേക്ക് ജ്വലിച്ചു കയറിവരുന്നതുകണ്ട് ചെങ്കൽപ്രതലങ്ങളിലെ പ്രേതാത്മാക്കൾ ഇളകി. അവയെക്കണ്ട് മൊട്ടാലിലെ പട്ടിക്കൂട്ടം ജീവഭയത്തോടെ ഓലിയിട്ടിറങ്ങി. അടുപ്പുകൂട്ടി ചാരായം വാറ്റിക്കൊണ്ടിരുന്ന ഉറ്റാണികുമാരനും സംഘവും മൺപാത്രങ്ങളും കന്നാസുകളും കല്ലുവെട്ടുകുഴികളിൽ വലിച്ചെറിഞ്ഞ് ഇരുളിലൂടെ ചിതറിയോടി.

ചങ്കരൻ മാത്രം ഒന്നുമൊന്നുമറിയാതെ മുന്നോട്ടുനടന്നു.

അവനുമുമ്പിൽ പട്ടികൾ പകച്ചുനിന്നു. അവയെക്കണ്ട് ചങ്കരൻ നരിച്ചീറിനെപ്പോലെ കാറിക്കരഞ്ഞു.

അവന്റെ നേർക്ക് പട്ടികൾ കത്തുന്ന കൺമുനകൾ നീട്ടി. അവയുടെ വിടർന്നുകറുത്ത മേൽച്ചുണ്ടുകൾക്ക് മറവിൽനിന്ന് വളഞ്ഞുനീണ്ട ദംഷ്ട്രകളിറങ്ങി. അവ ശങ്കരന്റെ ആത്മാവ് തുരന്ന് അട്ടഹാസങ്ങൾ മുഴക്കി...

മൊട്ടാലിന്റെ ചരിഞ്ഞുതാഴ്ന്ന താഴ്വാരത്തിൽ ശങ്കരൻ ബോധമറ്റുകിടന്നു. അവന്റെ കടവായിലൂടെ വെളുത്ത നുര പതഞ്ഞിറങ്ങി.

അവനരികിൽനിന്ന് പട്ടിക്കൂട്ടവും പ്രേതാത്മാക്കളും അകന്നുമാറി...

മൊട്ടാലിൽ വിവരമറിയാൻ പോയ ശങ്കരനെക്കാത്ത് ചന്തമ്മൻ പീടികക്കോലായിൽ നിന്നു. അവനോടൊപ്പം ചെക്കായിയുമുണ്ടായിരുന്നു.

"ഒന്ന് ചെന്നുനോക്കണോ?" ചന്തമ്മൻ ചോദിച്ചു.

"നോക്കാം."

ചന്തമ്മൻ ചായപ്പീടികയുടെ നിരപ്പലകകൾ വെറുതെയെടുത്ത് ചാരിവച്ചു.

തോട്ടുംകരയിൽ പൂശാരിക്കുമാരൻ പുതുതായി തുടങ്ങിയ തട്ടുകടയ്ക്ക് മുമ്പിൽ ആരൊക്കെയോ നില്ക്കുന്നുണ്ട്. അധികവും തമിഴന്മാരാണ്. അന്തിക്കച്ചവടം അവസാനിക്കുന്നതുവരെ അവർ അവിടെയങ്ങ നെ കാണും.

"എങ്ങോട്ടാ, ചന്തമ്മേട്ടാ?" കുമാരൻ ചോദിച്ചു.

"ഒന്നിവ്ഡം വെരെ.."

അവർക്ക് മുമ്പിലൂടെ ചെന്താമരാക്ഷൻ ബസ് അവസാനട്രിപ്പ് ആളിറക്കി തിരിച്ചുവരാൻ ആൽമരത്തറയിലേക്ക് പോയി. പോകുന്നവഴി ഡ്രൈവർ തല പുറത്തേക്കിട്ട് വിളിച്ചു ചോദിച്ചു:

"ചന്തമ്മേട്ടാ, ഞങ്ങടെ അത്തായം?"

"ഇതാ, ഇപ്പം വെരാം.."

ബസിന്റെ വെളിച്ചം ചന്തമ്മനേയും ചെക്കായിയേയും കടന്നുപോയി.

അവർ മൊട്ടാലിലേക്ക് നടക്കുകയാണ്...

ആൾപ്പെരുമാറ്റം കുറഞ്ഞ വഴികളിൽ അവരുടെ കാല്പ്പെരുമാറ്റമറിഞ്ഞ് ഇഴജീവികൾ ഒഴിഞ്ഞുനിന്നു.

കല്ലുവെട്ടാംകുഴികളിൽ മുള്ളൻപന്നികൾ വീർപ്പടക്കി. കശുമാവിൻ ചുവട്ടിൽ പിന്നെയും ഒത്തുകൂടിയ പട്ടിക്കൂട്ടം പേടി വിട്ടൊഴിയാത്ത കണ്ണുകൾ തുറന്നുപിടിച്ച് അകലംപാലിച്ച് നോക്കി..

അപരിചിതരായ രണ്ടുപേരെ കണ്ട് ലോറികളിൽ വന്നെത്തിയവർ അടുത്തേക്കുചെന്നു. അവരുടെ കൈയിലെ കമ്പിപ്പാരയും കൂടവും ചുറ്റികയും കണ്ട് തല്ക്കാലം ചന്തമ്മനും ചെക്കായിയും പരിഭ്രമിച്ചു.

"പേടിക്കണ്ടാ, വന്നോളീം."

അപ്പുറത്തെവിടെനിന്നോ മലയാളംകേട്ട് ചന്തമ്മന് സമാധാനമായി. സ്വന്തം പ്രദേശത്ത് ഒരന്യഭാഷക്കാരനെപ്പോലെ നില്ക്കേണ്ടിവന്ന ആശങ്കയിൽനിന്ന് ചെക്കായിയും മുക്തനായി.

"ആയിയേ.."

ചന്തമ്മനും ചെക്കായിയും അടുത്തേക്ക് ചെന്നു.

"ഞങ്ങടെ ഒരു ചെറുക്കന്ണ്ടേനും..

സുകോല്ലാത്തോനാ. പോന്നിറ്റ് നേരം കൊറച്ചായി." ചന്തമ്മൻ പറഞ്ഞു.

"ഓന കാണാഞ്ഞിറ്റ് വന്ന് നോക്ക്യതാ.." ചെക്കായിയും പറഞ്ഞു.

"അവനിവിടേണ്ട്."

മലയാളം പറയുന്ന മനുഷ്യൻ റാന്തൽവിളക്കുയർത്തിപ്പിടിച്ചു.

"അവനിവിടെ ബോധംകെട്ട് മൂർച്ഛിച്ച് കിടക്കായിരുന്നു."

പരദേശിയുടെ വടിവൊത്ത മലയാളം കേട്ട് അവർ പുളകിതരായി. അവർ ചോദിച്ചു:

"മലയാള്യാ?"

"അതെ."

"എവ്ട്യാ സ്വദേശം?"

അതിനയാൾ മറുപടി പറഞ്ഞില്ല, പകരം ശരറാന്തൽ താഴ്ത്തിപ്പിടിച്ച് വഴികാണിച്ച് അയാൾ മുമ്പേനടന്നു: "വന്നോളീം.."

കശുമാവ് പടർന്നുനില്ക്കുന്ന ചരിവിൽ അവർ നിന്നു. അവിടെ പാതികെട്ടിയ ടെന്റിനകത്ത് അവൻ കിടക്കുകയാണ്, ശങ്കരൻ.

"ആരാന്നും എന്താന്നും അറിയാത്തൊര് പയ്യൻ ബോധമില്ലാതെ കിടക്കുന്നത് കണ്ട് അകത്തെടുത്ത് കിടത്തിയതാ. നേരം പുലരട്ടേന്ന് വിചാരിച്ചു.." അയാൾ പറഞ്ഞു.

"ആര്വാരും ഇല്ലാത്തോനാ." ചന്തമ്മൻ പറഞ്ഞു

"അപസ്മാരക്കാരനാ.

ഇവ്ഡ എങ്ങന്യൊക്കെയോ വന്നെത്തിയതാ.. സാദ്വാ.."

അജ്ഞാതമായ എതോ വിധേയത്വത്തിൽ മുഴുകി ചന്തമ്മൻ പറഞ്ഞു കൊണ്ടേയിരുന്നു. ചെക്കായി ചന്തമ്മനെ തോണ്ടി. ചന്തമ്മൻ നിർത്തി.

ആഗതർ അകത്തുകടക്കുന്നതിന് മുമ്പേ ശങ്കരൻ പുറത്തേക്ക് വന്നു. റാന്തലിന്റെ ചുവപ്പും മഞ്ഞയും മങ്ങിയ നാട്ടുവെളിച്ചവും ചേർന്ന് മൊട്ടാലിന്റെ താഴ്വാരം ഏതോ സിനിമാക്കഥയിൽ കണ്ട സ്വപ്നഭൂമിപോലെ ചെക്കായിക്ക് തോന്നി. അവർ ശങ്കരനെയുംകൂട്ടി താഴേക്ക് നടന്നു.

അവർ പോകുന്നത് മൊട്ടാലിലെ പട്ടിക്കൂട്ടം ഒച്ചയനക്കമുണ്ടാക്കാതെ നോക്കിനിന്നു.

പ്രഭാതത്തിൽ ലോറിഡ്രൈവർ ചന്തമ്മന്റെ ചായപ്പീടികയിൽ വന്നു. ചന്തമ്മൻ സമോവറിൽ വെള്ളമൊഴിച്ച് കരിയിട്ട് തീപറ്റിക്കുന്നതേ ഉണ്ടായിരുന്നുള്ളു. ഒറ്റക്കാഴ്ചയിൽ ചന്തമ്മൻ ഡ്രൈവറെയും ഡ്രൈവർ ചന്തമ്മനെയും തിരിച്ചറിഞ്ഞു.

"ഇരിക്ക്വാ." ചന്തമ്മൻ പറഞ്ഞു.

ഡ്രൈവർ ദിനപത്രം ചോദിച്ചു.

"പത്രം എട്ട് മണിയാവും. ഇവ്ട നേരം പൊലര്ന്നത് പത്ത് മണിക്കാ-"

ചന്തമ്മന്റെ തമാശകേട്ട് ഡ്രൈവർ ചിരിച്ചു. അയാൾ തട്ടിയിൽനിന്ന് ഇന്നലത്തെ പത്രമെടുത്തു.

"വീട് എവിട്യാന്ന് പറഞ്ഞില്ലാ-"

"കുറച്ച് ദൂരെയാ. പക്ഷേ ഇപ്പോ സ്ഥിരായിട്ട് കൊല്ക്കൊത്തെത്തന്ന്യാ.."

"കൊല്ക്കൊത്ത-ന്ന് പറേന്നത് മ്മടെ കല്ക്കത്ത തെന്ന്യല്ലേ?"

ചന്തമ്മൻ സംശയത്തോടെ ആഗതന്റെ മുഖത്തുനോക്കി..

"അതെ."

ആഗതൻ പ്രത്യേകിച്ചൊരു ഭാവവ്യത്യാസവുമില്ലാതെ പത്രം നോക്കിക്കൊണ്ടിരിക്കുകയാണ്. ചന്തമ്മന്റെ മുഖത്താണെങ്കിൽ പെട്ടെന്നൊരു ആദരവും ബഹുമാനവുമൊക്കെ ഒന്നിച്ച് വിടരുന്നപോലെ..

"അത്മ്മളെ ജ്ജോതിബാസൂന്റെ സ്ഥലേല്ലേ."

ആഗതൻ മുഖമുയർത്തി ചന്തമ്മന്റെ ഉത്സാഹം നോക്കി.

"അബ്ഡെ നെറച്ചും കമ്യൂണിസ്റ്റ്കാറായിരിക്ക്വ, ല്ലോ."

ആഗതൻ പത്രം പതുക്കെ താഴ്ത്തിപ്പിടിച്ചു.

"അപ്പോ ഇംവ്വന്ന ആൾക്കാരെല്ലം മ്മടെ പാർട്ടിക്കാറാ?"

"ഇവരൊക്കെ വേറെയാ. പണ്ട് ബംഗ്ലാദേശ്ന്നൊക്കെ അഭയാർത്ഥികളായിട്ട് വന്നവരാ. അവരിപ്പോ അവിടെ പെറ്റുപെരുകി വളർന്നിരിക്ക്വാ.."

"അതാന്ന് മ്മളെ മിസ്റ്റേക്ക്.

നാടേതാ കുടിയേതാ പാർട്ടിയേതാന്ന് നോക്കാണ്ട് എല്ലരേം മ്മളങ്ങ് സ്വീകരിക്കും. ശരിക്കും വെരുന്നോരെ വെരുന്നോരെ അന്നന്നേരം പിടിച്ച്

വാസക്കുമി ചെയ്തങ്ങ് വ്ട്ടാമയ്യേനും. ഒന്നൂല്ലേല് പെറ്റ് നറയൂല്ലാന്ന് ഒറപ്പാവ്വല്ലൊ.."

ആഗതൻ വെറുതെയൊരു ചിരി ചിരിച്ചെന്ന് വരുത്തി പിന്നെയും പത്രപാരായണത്തിൽ മുഴുകി. താൻ വളരെ ഗൗരവമായി ആലോചിച്ചൊരു അഭിപ്രായം പറഞ്ഞതിന്റെ സന്തോഷത്തിൽ ചന്തമ്മൻ ചൂടോടെ ഒരു ചായയടിച്ച് മേശപ്പുറത്ത് വച്ചു.

"ഒര് പത്ത് മിനിറ്റ് ഇര്ന്നാല് വെള്ളാപ്പം റെഡിയാവും. പിന്നേം ഒരരനായിക ഇരുന്നാല് പ്ട്ടും കടലേന്റെ കറീം ശരിയാവും. അയിനെടേല് ഒര് ചായ കുടിക്കീം. അപ്പളത്തേക്ക് പത്രോ വെരും.."

അയാൾ പത്രത്തിൽ നിന്ന് കണ്ണെടുക്കാതെ ചായയെടുത്ത് കുടിച്ചു: "ഇവിടെ അടുത്തൊര് ജയനാരായണൻന്ന് പേരുള്ള ആളുണ്ടായിരുന്നു. അറിയ്യോ...?"

ചന്തമ്മൻ തലപുകഞ്ഞൊന്ന് ആലോചിച്ചു.

"വളരെക്കാലം നാടുവിട്ട് നടന്ന ആളാ. ഇപ്പെവ്ട്യാന്ന് ഒര് വിവരോംല്ല."

പൊടുന്നനെ ചന്തമ്മന്റെ മനസ്സ് പൊന്നാരത്ത് പറമ്പിലേക്ക് പറന്നു ചെന്നു: "ണ്ടല്ലോ, ഇപ്പോ, വ്ടെണ്ട്."

ചന്തമ്മൻ അടുത്തേക്ക് വന്നു.

"കദീശുമ്മ മരിക്ക്ന്നേന്റെ തൊട്ട്മുമ്പ് വന്നതാ. പത്ത്നാപ്പത് കൊല്ലം ഒരു വിവരോം ല്ലാണ്ട് കയിഞ്ഞ ആളല്ലേ. അപ്പോണ്ട് ഒരു നട്ടപ്പാതരയ്ക്ക്.. പെരുമയേത്ത്.."

അയാൾ പറയുന്നതിനൊപ്പം ആഗതന്റെ മുഖവും വികസിച്ചുകൊണ്ടിരുന്നു.

"എനീപ്പം പയേത്പോലെ പൊലീസ്കാറൊന്നും അന്വേശിച്ച് വെരൂല്ലായിരിക്കും, ല്ലേ."

നനവാർന്ന വഴിയിലൂടെ കൊല്ക്കൊത്തക്കാരനായ മലയാളി ഡ്രൈവർ നടന്നുപോകുന്നത് ചന്തമ്മൻ നോക്കിനിന്നു.

അഥവാ, അയാളൊരു രഹസ്യപ്പൊലീസാണെങ്കിലോ? രഹസ്യപ്പൊലീസ് ഡ്രൈവറുടെ വേഷത്തിലും വന്നൂടാന്നില്ലാലോ..

പേരും ചോദിച്ചില്ല.

ചന്തമ്മന്റെ മനസ്സാകെ കുഴയുന്നു. അയാൾക്ക് അതുവരെയില്ലാതിരുന്ന ഒരു മൂത്രശങ്ക..

"എഡാ, ചങ്കരാ.." ചന്തമ്മൻ ഉറക്കെവിളിച്ചു.

തറവാടിന്റെ ഇടിഞ്ഞുതാണ കോണിക്കല്ലുകൾ ചവുട്ടിക്കയറി, നീണ്ട നടവഴിയിലൂടെ മെലിഞ്ഞുവളഞ്ഞ ഒരു മനുഷ്യൻ നടന്നുവരുന്നതുകണ്ട് മുത്തശ്ശി എഴുന്നേറ്റു. ആഗതനെ കണ്ട് ദാമോദരൻ മാഷും കോലായിലിറങ്ങി.

"ആരാ?"

ആഗതൻ മുറ്റത്തുനിന്നു.

"ഒരു പഴയ പരിചയക്കാരനാ.."

"പരിചയക്കാരനോ?.. ആര്ടെ?" ദാമോദരൻ മാഷിന്റെ ശബ്ദം കനത്തു.

"ജയനാരായണന്റെ വീടല്ലേ?"

"അതേ, അവനിപ്പോ ഇവിടില്ല. അതിരാവിലെ പതിവുള്ള കുളിയും തേവാരോം ആയിട്ട് ഇറങ്ങ്യേതാ..

ആരാന്ന് പറഞ്ഞില്ല?"

ആഗതൻ ഇറയത്ത് ചേർന്നുനിന്നു.

"എവിട്ന്ന് വെര്വാ?"

"വരുന്നത് വളരെ ദൂരേന്നാ, കൊല്ക്കൊത്തേന്ന്... മൊട്ടാലിൽ ചരക്കുംകൊണ്ട് വന്നതാ.

വന്നപ്പോ, അറിഞ്ഞു ജയനാരായണൻ സ്ഥലത്തുണ്ടെന്ന്.

പണ്ട് കൊല്ക്കൊത്തേല്വച്ചു പരിചയപ്പെട്ട ആളാ. അതുകൊണ്ട് ഒന്ന് കണ്ടുപോകാംന്ന് കരുതി വന്നതാ."

"അയാളിപ്പോ ആരേം കാണാന്ള്ളെ താല്പര്യത്തിലല്ല.

പഴേയ കാര്യങ്ങള് ഓർമ്മിക്കാനും പറയാനും അശേഷം ഇഷ്ടോംല്ല..

എന്തായാലും രണ്ട് മൂന്ന്സം ഇവ്ടത്തന്നെ ണ്ടാവ്വല്ലോ... അതിനെടയ്ക്ക് ഇങ്ങനെ ഒരാള് വന്നിരുന്നൂ, ന്ന്ള്ളെ വിവരം ഉണർത്തിക്കാം." മാഷ് മുഖംതിരിച്ച് അകത്തേക്ക് കടന്നുപോയി.

ആഗതൻ ഇറങ്ങി.

നനവാർന്ന നടവഴിയിലൂടെ പെരുവിരലമർത്തി അയാൾ പതുക്കെ നടന്നുപോകുന്നത് പാതിതുറന്നുവച്ച ജാലകത്തിലൂടെ മാഷ് ഒളിഞ്ഞു നോക്കിക്കൊണ്ടു നിന്നു.

സഖാവ്

നിഴലുകൾ നേർത്തസ്തമിക്കുന്ന സന്ധ്യാനേരത്ത് ജയനാരായണൻ പതിവുപോലെ ആൽത്തറയിൽ അർദ്ധപത്മാസനത്തിലിരുന്നു. അയാളുടെ വലതുപാദം പതുക്കെ ഇളകിക്കൊണ്ടിരുന്നു. അത് ഏതോ സംഗീതത്തിൽ ലയിച്ചിട്ടെന്നപോലെ.. അയാളുടെ മിഴികളും പാതി കൂമ്പിയിരുന്നു. എങ്കിലും മുൻപിൽ സംഭവിക്കുന്നതൊക്കെ താൻ അറിയുന്നുണ്ടെന്ന മട്ടിൽ അയാൾ വല്ലപ്പോഴും മിഴിതുറക്കുകയും പതിയെ അടയ്ക്കുകയും ചെയ്യുന്നുണ്ടായിരുന്നു. അപൂർവ്വമായി അയാൾ കൈനഖം വച്ച് താടിരോമങ്ങളിൽ വെറുതെ കോറിയിടുന്നുമുണ്ടായിരുന്നു.

അയാളുടെ മുൻപിലേക്ക് ഡ്രൈവർ ചെന്നു.

ജയനാരായണൻ കണ്ണുകൾ തുറന്നു.

"ഓർമ്മയുണ്ടോ?"

ജയനാരായണന്റെ കാല്പാദത്തിന്റെ ചലനം നിലച്ചു.

"പണ്ട്, പലതവണ പലയിടങ്ങളിൽവച്ച് ഒത്തുകൂടിയിട്ടുണ്ടായിരുന്നു, നമ്മൾ. നിരവധിത്തവണ താങ്കളുടെ സ്റ്റഡിക്ലാസിൽ പങ്കെടുത്തിട്ടുമുണ്ട്."

ഡ്രൈവർ തുടർന്നു:

"അവസാനമായി നമ്മൾ സമ്മേളിച്ചത് ഇവിടെ ഈ മൊട്ടാലിലായിരുന്നു. അവിടെവച്ചാണ് താങ്കൾ എന്റെ പേര് നിർമ്മൽ ഘോഷെന്നാക്കിയത്. അതിന് താങ്കളന്ന് പറഞ്ഞത് ചന്ദ്രശേഖരമേനോൻ എന്നത് എളുപ്പം തിരിച്ചറിയാൻ കഴിയുന്ന ഒരു പാലക്കാടൻ നാമമാണെന്നായിരുന്നു.

ഇപ്പോൾ താങ്കൾക്ക് എന്നെ ഓർമ്മയുണ്ടാവും, പഴയ നിർമ്മൽഘോഷിനെ."

ജയനാരായണൻ അസ്വസ്ഥമായി ഇളകിയിരുന്നു. അയാൾ പറഞ്ഞു:

"ഇപ്പോൾ ഞാൻ ഈ ത്രിസന്ധ്യയുടെ സംഗീതം ശ്രവിക്കുകയാണ്.

നിങ്ങൾ ദയവുചെയ്ത് പോകൂ..”

അയാൾ അല്പനേരംകൂടി അങ്ങനെയിരുന്നു. പിന്നെ കാലുകൾ താഴ്ത്തിവച്ചു. അയാൾ പതുക്കെ എഴുന്നേറ്റ് ഇറങ്ങി നടക്കാൻ തുടങ്ങുകയാണ്. അപ്പോൾ ആഗതൻ വിളിച്ചു:

“സഖാവേ.”

ആ വിളിയിൽ സർപ്പദംശനമേറ്റപോലെ അയാൾ നിന്നു. പിന്നെ ചുമലുകൾ വെട്ടിച്ചുലഞ്ഞു. അയാൾ പറഞ്ഞു:

“ഞാനെന്റെ ഭൂതകാലത്തെയും ഭൂതകാലം എന്നെയും ഉപേക്ഷിച്ചു കഴിഞ്ഞതാണ്.. ഇപ്പോൾ എന്നിൽ പ്രകൃതിയുടെ നിതാന്തമായ സംഗീതവും മനസ്സിനുള്ളിൽ ഏതോ താഴ്വാരത്തിലെ മഞ്ഞുതുള്ളികളും മാത്രമാണുള്ളത്.

നഷ്ടകാലത്തിന്റെ വസന്തചിന്തകൾ എന്റെ മനസ്സിൽ ചത്തുകിടന്നിട്ട് കാലമേറെയായി.

ഇടിമുഴക്കങ്ങൾ അവസാനിച്ചുപോയിരിക്കുന്നു, സുഹൃത്തേ..

ദയവുചെയ്ത് നിങ്ങൾ പോകൂ..”

അയാൾ നടക്കുകയാണ്. അയാൾക്ക് പിറകെ ആഗതനും നടന്നു.

പിറകിൽ സാന്ധ്യവെളിച്ചം മങ്ങി.

“സഖാവേ, അവസാനമായി ഞാൻ താങ്കളെ കണ്ടത് ബീഹാറിലെ ഹസാരിബാഗ് സെൻട്രൽ ജയിലിൽവച്ചായിരുന്നു. ഓർമ്മയുണ്ടോ?”

ജയനാരായണൻ ഒരിക്കൽക്കൂടി നിന്നു.

“അവിടെ നമ്മുടെ അനേകം സഖാക്കൾ ഉണ്ടായിരുന്നു. നീതിയും മനുഷ്യാവകാശങ്ങളും നിഷേധിക്കപ്പെട്ട് തുറുങ്കുകളിൽ കഴിയുന്നവർ. അത് താങ്കളെ ഇരുമ്പുകവചത്തിൽ അടച്ചുപൂട്ടി കുത്തനെ നിർത്തിയിരുന്ന കാലത്തായിരുന്നു.

ഒരാളിന്റെ മാത്രം വലുപ്പമുള്ള ആ കവചത്തിനുള്ളിൽനിന്ന് കഷ്ടിച്ചൊന്ന് തലയുയർത്തി നോക്കുവാൻപോലും താങ്കൾക്ക് വിഷമമായിരുന്നു. അതിനകത്ത് നീരിറങ്ങി വാർന്നുപോയ ഒരു കുളവാഴത്തണ്ട് പോലെ കുഴഞ്ഞുലഞ്ഞ് നില്ക്കുകയായിരുന്നു താങ്കൾ. ആ അവസ്ഥയിൽ അവർ ആഴ്ചകളോളം ഇടവിട്ട് താങ്കളെ അതിനകത്ത് കുത്തനെ നിർത്തിയിട്ടിരുന്നു.

അത് താങ്കളുടെ ആ അവസ്ഥ ഞങ്ങളോരോരുത്തരെയും കാണിച്ച് ഭയപ്പെടുത്താനായിരുന്നു. എന്നിട്ടും ഞങ്ങൾ ഭയന്നില്ല. പകരം ഞങ്ങൾ താങ്കളുടെ കവചത്തിന് മുൻപിൽനിന്ന് ഉച്ചത്തിൽ ഇങ്കിലാബ് വിളിച്ചു. ഓരോ വിളിയിലും അവർ കാല്മുട്ട് മടക്കി ഞങ്ങളുടെ വയറിലും നടുപ്പുറത്തും ആഞ്ഞുകുത്തി.

ആ മർദ്ദനത്തിൽ ഞങ്ങളിൽപ്പലരും താങ്കൾക്ക് മുമ്പിൽ ബോധംകെട്ട് വീണതും അങ്ങനെ വീണവരെ അവർ വെറും നിലത്തുകൂടി വലിച്ചിഴച്ചുകൊണ്ടുപോയതുമൊന്നും പക്ഷേ, താങ്കളറിഞ്ഞില്ല. താങ്കൾ പാതി മരിച്ചുകഴിഞ്ഞ ഒരു ജീവച്ഛവമായി നില്ക്കുകയായിരുന്നുവല്ലോ..”

ചന്ദ്രശേഖരമേനോൻ അല്പനേരം ഓർമ്മയിൽ മുഴുകിനിന്നു. എന്നിട്ട് ചോദിച്ചു:

"സഖാവേ, താങ്കൾക്ക് താങ്കളുടെ ഭൂതകാലം അത്ര നിസാരമായിട്ട് മറന്നുകളയാൻ കഴിയുന്നതാണോ?"

കാലവർഷത്തിന്റെ നനവാർന്ന വഴിയിറങ്ങി തോട്ടുവക്കിലൂടെ വഴു വഴുക്കുന്ന നടവരമ്പിറങ്ങി ജയനാരായണൻ നടന്നു.

അയാൾക്ക് മുമ്പിൽ ചോരകിനിയുന്ന ഭൂതകാലത്തിന്റെ പടവുകൾ ഒന്നൊന്നായി തെളിഞ്ഞുമറഞ്ഞു...

സാന്ധ്യവെളിച്ചം അകന്നു, രാത്രി ഇരുളിന്റെ കട്ടിക്കമ്പളം നിവർത്തി. ജ്യേഷ്ഠസഹോദരനെ കാണാഞ്ഞ് ദാമോദരൻ മാഷ് പറഞ്ഞു:

"ദീപാരാധന കഴിഞ്ഞ് പതിവ് തെറ്റാതെ കൃത്യത്തിനെത്തുന്നയാളാ. ഇന്നെന്തേ ഇതുവരെ കണ്ടില്ലല്ലോ.."

വിളക്കണയ്ക്കാതെ മാഷ് വാതിൽ ചാരി.

മടക്കിവച്ച പുല്ലുപായും പുതപ്പും അതിനുമുകളിൽ നിറംമങ്ങിയ സഞ്ചിയും സഞ്ചിക്കത്ത് ചുവന്ന ചട്ടയുള്ള തടിച്ച പുസ്തകവും കോലായിൽ അനാഥമായി കിടന്നു...

കുട നിവർത്തിപ്പിടിച്ച് പുറത്തേക്കിറങ്ങാൻ നേരത്ത് ഒസ്സാനവുള്ള ഗോപാലക്കുറുപ്പിന്റെ കോണികയറി വരുന്നു. അവുള്ളയെ കണ്ട് കുറുപ്പ് നിന്നു. പിന്നെ കുട പൂട്ടി.

"എന്താവുള്ളാ?" കുറുപ്പ് ചോദിച്ചു.

ചൂടിവന്ന ചേമ്പില ഇറയത്തിട്ട് അവുള്ള പതിവില്ലാത്തവിധം കോലായിൽ കയറിനിന്നു.

ഇറവെള്ളത്തിന്റെ താളം ദുർബ്ബലമായിരിക്കുന്നു.

"ഇരിക്ക്."

അവുള്ള ഇരുന്നില്ല. പകരം ഉറുമാല് പിഴിഞ്ഞുകുടഞ്ഞ് വന്ന കാലിൽ അവൻ അവിടെത്തന്നെ നിന്നു.

ഇനിയുമേതു മാരണവുമായിട്ടാണ് ഇവനിപ്പോൾ വന്നതെന്ന ഭാവത്തിൽ വാതില്ക്കൽ വന്നുനിന്ന കാർത്ത്യായനിയമ്മയെ അവുള്ള നോക്കി. അവന്റെ നോട്ടത്തിലെ അസ്വീകാര്യത തിരിച്ചറിഞ്ഞിട്ടാവണം അവർ അകത്തേക്ക് മറഞ്ഞു.

"എനക്കൊര് കാര്യം പറേന്ണ്ടേനും."

കുറുപ്പ് ശ്രദ്ധയോടെ അവനെ നോക്കി. "എന്താന്ന് വെച്ചാല് പറയ്യ് അവുള്ളാ.."

"കദീശുമ്മ മയ്യത്തായിറ്റ് പതിനാലീസം കയിഞ്ഞിക്ക്ന്ന് കുറുപ്പേ-"

അവുള്ള അടുത്തു നീങ്ങിനിന്നു.

"ആലേല്[1] പയ്യും പൊരേല് കുഞ്ഞിപ്പാത്തൂം വെലീയ്യെ ദുരിതത്തിലാന്ന് ഇങ്ങക്ക് അറിയ്യാലോ.

1. തൊഴുത്തിൽ

ഞാനൊര് കാര്യം ചോയിച്ചാല് ഇങ്ങക്ക് ദേശ്യം പിടിക്കോ?"

"അതിന് ന്യ്യ് വിചാരിച്ചാലെന്താ, ഒര് പരിഹാരം?"കുറുപ്പ് ചോദിച്ചു.

"ഞാനാ പയ്യിനേം കുട്ടീനേം കൊണ്ടോയി പോറ്റിക്കോളാം, കുറ്പ്പേ. ഒന്നൂല്ലേലും ഒരു മ്ണ്ടാപ്രാണ്യല്ലേ. എന്നിറ്റ് അയിന് മേണ്ട്ന്നെ പുല്ലും പ്ണ്ണാക്കും കയിച്ചി ബാക്കി ഓലിക്ക്[1] എത്തിച്ചോളാം.

മുറ്റത്ത് ഇറവെള്ളത്തിന്റെ താളം നിലച്ചിട്ടും പൊടിയുന്ന മഴച്ചാറ്റൽ..

"കാർത്ത്യായിനീ, അവുള്ളയ്ക്ക് ഒര്ലേശം ചൂട്ള്ളെള ചായയേണ്ടാക്ക്.." കുറുപ്പ് അകത്തേക്ക് വിളിച്ചുപറഞ്ഞു.

"എന്തായാലും ഈയൊരു കാര്യം മൊയില്യാറുമായി സംസാരിക്കട്ടെ, അവുള്ള."

അവുള്ളയ്ക്ക് പിറകെ ഗോപാലക്കുറുപ്പ് കുട നിവർത്തി ഇറങ്ങി. അത് മൊയില്യാർ ളുഹറ് വാങ്ക് വിളിക്കുന്ന നേരമാണ്..

ഇനിയല്പനേരം മൊയില്യാർക്ക് തിരക്കാണ്. തോട്ടുംകരയിലും പരിസരത്തുംനിന്ന് നിസ്കരിക്കാനെത്തുന്നവരുടെ സംസാരവും ലോഹ്യം പറച്ചിലുമെല്ലാം കഴിഞ്ഞ് പിരിഞ്ഞശേഷമേ ഇനി മൊയില്യാറെ കാണാൻ പറ്റുള്ളു. അതുവരെ, സാരമില്ല, ചന്തമ്മന്റെ പീടികയിൽ പത്രമൊക്കെ നോക്കിയിരിക്കാം. ഒരുനല്ല കാര്യത്തിനിറങ്ങിയിട്ട് തിരിച്ചുപോകണ്ടാ...

അയാൾ ചിറചുറ്റി പുഞ്ചച്ചാലിറങ്ങി നടവരമ്പിൽ കയറി, തോട്ടുവക്കിൽ ഇസ്മായിലും ശങ്കരനും നില്ക്കുന്നു..

"എന്താ രണ്ടാളുംവ്ടെ?"

തോട്ടുവക്കിലെ പച്ചിലക്കാടിളകി. കുളക്കോഴികളാണ്.

"മഴ നനയണ്ടാ... വല്ല പനിയെങ്ങാനും വന്നാൽ ആസ്പത്രീലാക്കാനും കാവല് കിടക്കാനും മറ്റൊരാളില്ലാത്ത ജന്മങ്ങളാ.."

ഇസ്മായിലും ശങ്കരനും തലയാട്ടി.

കുറുപ്പ് ചന്തമ്മന്റെ ബെഞ്ചിലിരുന്നു. കുട നനഞ്ഞെന്ന് പറയാനില്ല. അയാളത് സൂക്ഷിച്ച് മടക്കി ചാരിവച്ചു.

"എന്താ പതിവില്ലാത്ത നേരത്ത്?" ചന്തമ്മൻ ചോദിച്ചു.

"ഒന്നൂല്ലാ, മൊയില്യാറെ ഒന്ന് കാണണം.."

നിസ്കാരം കഴിഞ്ഞ് ലോഹ്യംപറച്ചിലും കഴിഞ്ഞ് സ്രാമ്പിയിൽ നിന്നും ആളുകൾ പിരിഞ്ഞുകഴിഞ്ഞ നേരത്ത് കുറുപ്പ് കുടയെടുത്ത് എഴുന്നേറ്റു. അപ്പോഴുണ്ട് സ്രാമ്പിയുടെ വാതിലുംചാരി ഇബ്രായി മൊയില്യാർ പതുക്കെ ഇങ്ങോട്ടിറങ്ങുന്നു. മൊയില്യാരെ കണ്ട് ഗോപാലക്കുറുപ്പ് നിന്നു.

"എന്താ, മൊയില്യാറേ ഒര് ശീക്ക് പിടിച്ചപോലെ."

"ശീക്ക് തെന്ന്യാ, കുറ്പ്പേ. ബയസ് കടന്ന് പോന്നില്ലേ.."

വാങ്ക് കേൾക്കുമ്പോൾ അത്ര തോന്നാത്ത ഒരു തളർച്ച, ക്ഷീണം. അത് മൊയില്യാരുടെ സംസാരത്തിനെയും നന്നായി കടന്നുപിടിച്ചിട്ടുണ്ട്.

---

1. അവർക്ക്

കദീശുമ്മയുടെ മരണത്തോടെ തളർന്നുപോയവരിൽ ഒരാൾ മൊയില ്യാരാണെന്ന് നാട്ടിൽ പ്രചരിച്ചുകൊണ്ടിരിക്കുന്ന പൊയ്വർത്തമാനത്തിൽ പൊരുളുണ്ടെന്ന് ഇപ്പോൾ കുറുപ്പിനും തോന്നുന്നുണ്ട്.

"എനക്ക് കുറുപ്പിനോടൊര് കാര്യം പറയാന്ണ്ടേനും."

മൊയില്യാർ കുട പൂട്ടി കുത്തിപ്പിടിച്ച് നടുറോഡിൽ ഒരു വശം ചരിഞ്ഞുനിന്നു.

"എന്തേനും?"

"മ്മളെ അവുള്ളാന്റെ കാര്യാ."

സംസാരത്തിനിടയിൽ മൊയില്യാരുടെ മുൻനിരപ്പല്ലുകൾ ഇപ്പോൾ ആടിക്കൊണ്ടിരിക്കുന്നത് കുറുപ്പ് ശ്രദ്ധിച്ചു.

"അവന്റെ കാര്യം പറയാൻ തന്നെയാണ് താനും പുറപ്പെട്ടതെ"ന്ന സത്യം തല്ക്കാലം കുറുപ്പ് പറഞ്ഞില്ല. അയാൾ മൊയില്യാരിൽനിന്ന് ബാക്കികൂടി കേൾക്കാൻ നോക്കിനിന്നു.

"അബദ്ധവശാല് ഓനിക്കൊരിക്കലൊര് മിസ്റ്റേക്ക് പറ്റി." മൊയില്യാർ തുടർന്നു: "അന്നത്തെ ഓന്റെ പിരായത്തില്[1] അത് ചെലപ്പോ ആരിക്കും പറ്റിപ്പോന്നതാ, കുറ്പ്പേ.

തലേം മൊലേം വളർന്ന ഒരു പെണ്ണ് ഒറ്റയ്ക്ക് ആൾപ്പെരുമാറ്റോല്ലാത്തെ എടബയീല് ന്ക്കുമ്പോ ചെറ്പ്പക്കാറ് ബാല്യേക്കാറ്ക്ക് ചെല ദുശ്ചിന്ത്യോക്കെ ബന്ന്പോയീന്ന് ബെരും... അയിന്റെ ശിഷ്ഷ പടച്ചോൻ ഓനിക്ക് കൊടുത്തോണ്ടിരിക്ക്വാ.

പെണ്ണ്കെട്ടി കൊല്ലം പത്ത്പന്ത്രണ്ടായില്ലേ, നാട്ടില് പലറ്ക്കും കാല് കവച്ച് വെക്കുമ്പോ മക്കള് ജനിക്ക് ന്ന കാലത്ത് അവുള്ളക്ക് മാത്റം എന്താ കുഞ്ഞങ്ങള്ണ്ടാവാത്തേ?

പടച്ചോന്റെ ശിഷ്ഷ്യാ.."

മൊയില്യാരുദ്ദേശിക്കുന്നത് കദീശുമ്മ സുഖമില്ലാതെ ആശുപത്രിയില് കിടന്നകാലത്ത് അവുള്ള പുലർകാലത്ത് അവിടെച്ചെന്നുണ്ടാക്കിയ പൊല്ലാപ്പായിരിക്കുമെന്നായിരുന്നു. കുറുപ്പ് വിചാരിച്ചത്. പക്ഷേ, വിഷയം അതല്ല.

"മൊയില്യാറ് പറഞ്ഞുവരുന്നതെന്താ?" കുറുപ്പ് അയാളെ നോക്കി.

"ഓനിക്ക് ഇസ്മെയിലിന പെര്ത്ത് ഇശ്ടാ." മൊയില്യാർ പറയുന്നു: "അവുള്ളക്കാണെങ്കില് മക്കളൂംല്ല. അക്കണെക്കിന് ഇസ്മെയിലിന്റെ കാര്യം ഓൻ നോക്കിക്കോളാം- ന്ന്."

"എനക്കൊന്നും മനസ്സിലായില്ല, മൊയില്യാറേ."

"മനസ്സിലാവ്വാനൊന്നൂല്ല, കുറ്പ്പേ. ഓായെ[2] കുഞ്ഞിപ്പാത്തൂന കെട്ടിക്കോളാന്ന്.

തിരിഞ്ഞോ?"

"പക്ഷേ, ഇത് ഞാനായിട്ട് ഒറ്റയ്ക്ക് ഒരു മറുപടി..."

1. പ്രായത്തിൽ
2. അവൻ

"മേണ്ടാ. ബിഷയം കൊറച്ച് എടങ്ങാറ്ള്ളതാ ന്നല്ലെ... മ്മക്ക് സമാദാനത്തില് ചിന്തിച്ച് ഒരു തീരുമാനത്തിലെത്താം.."

മൊയില്യാർ കുറുപ്പിനെ ചേർത്തു കുടയിൽനിർത്തി. മുൻപിൽ മഴത്തുള്ളികൾ വീണുതുടങ്ങുന്നു..

പതിനാലാം ദിവസം പുയ്യാപ്ലയായി അവുള്ള നടന്നുപോകുന്നത് തോട്ടുംകരക്കാർ നോക്കിക്കണ്ടു.

മഴ മാറി തെളിഞ്ഞ വെയിലിൽ അവന്റെ സില്ക്ക് കുപ്പായം തിളങ്ങി. ഉറുമാലിളകി. അവൻ പോയവഴികളിൽ അത്തറിന്റെ മണം പരന്നു. അതുമായി തോട്ടുംകരയിലെ കാറ്റ് പുഞ്ചച്ചാലിലേക്ക് നീങ്ങി..

അവനോടൊപ്പം ആറേഴുപേർ വിവാഹസംഘത്തിലുണ്ടായിരുന്നു.

ഏറ്റവും മുൻപിലായി ഇബ്രായി മൊയില്യാർ കുട കുത്തിപ്പിടിച്ച് നടന്നു.

അവർ വന്നെത്തുന്നതുംനോക്കി കദീശുമ്മയുടെ മുറ്റത്ത് നാട്ടുപ്രമാണിമാരും സഖാക്കളും സുഹൃത്തുക്കളും അണിനിരന്നു. വിവാഹപ്പാർട്ടിക്ക് പനിനീർ കുടയാൻ ശങ്കരനുമുണ്ടായിരുന്നു.

എല്ലാറ്റിനും മേല്നോട്ടക്കാരനായി ഗോപാലക്കുറുപ്പും ഉണ്ടായിരുന്നു.

മൊട്ടാലിൽനിന്നൊരു മടക്കയാത്ര

സന്ധ്യമയങ്ങുന്ന നേരത്ത് വലിയ ഒച്ചപ്പാടൊന്നുമില്ലാതെ മൂന്ന് ലോറികൾ മൊട്ടാലിൽനിന്നിറങ്ങി. മൂന്നാമത്തെ ലോറിമാത്രം ഏറ്റവും പുറകിലായി ആവശ്യത്തിലുമധികം അകലം പാലിച്ചിരുന്നു. അത് ചന്ത മ്മന്റെ ചായപ്പീടികയ്ക്ക് മുമ്പിൽ നിന്നു.

പീടികയിൽ കച്ചവടം ഏറക്കുറെ കഴിഞ്ഞിരുന്നു.

വണ്ടി നിർത്തുന്ന ശബ്ദം കേട്ട് ചന്തമ്മൻ കോലായിലേക്ക് നോക്കി. അപ്പോൾ നിർത്തിയ ലോറിയിൽനിന്ന് ഡ്രൈവർ ചന്ദ്രശേഖരമേനോൻ പുറത്തിറങ്ങിവരുന്നു.

"പൊറപ്പെട്വായി, ല്ലേ?"

"പൊറപ്പെടാണ്ട് വയ്യല്ലോ, ചന്തമ്മേട്ടാ."

ചന്തമ്മൻ മേനോന്റെ കൈപിടിച്ച് പീടികക്കോലായിലേക്ക് കയറി.

"നേരെ കല്ക്കത്തയ്ക്കാ?"

"ഒന്നും അറിയിച്ചിട്ടില്ല. ചിലപ്പോൾ നേരെ കോയമ്പത്തൂർക്ക് പിടിക്കും. എല്ലാം കോഴിക്കോട്ടെത്തീട്ടേ തീരുമാനിക്കൂ.."

മേനോന്റെ സ്വരത്തിൽ അതുവരെ അനുഭവിച്ചിട്ടില്ലാത്ത ഒരു ദുഃഖം.

"ഇനീള്ള കാലത്ത് കുഞ്ഞുകുട്ടി പ്രാരബ്ധങ്ങളൊക്ക്യായിറ്റ് നാട്ട് ത്തന്നെ കയിഞ്ഞാപ്പോരേ.. ഡ്രൈവറ്പണി നാട്ടിലും ക്ട്ട്ന്നെന്ന്യല്ലേ."

മേനോൻ ഒന്നും പറയാതെ ബെഞ്ചിലിരുന്നു..

"അവ്ഡെ ബാര്യേം കുട്ട്യേളും ഒക്കെ, ല്ലേ?"

"ആരൂല്ല, ചന്തമ്മേട്ടാ. ഒറ്റത്തടിയാ.." മേനോൻ കൺപോളകൾ ഇറു ക്കിയടച്ചു. "തിരിഞ്ഞുനോക്കിയാൽ സംഗതികളൊക്കെ ശൂന്യാ."

മേനോൻ എഴുന്നേറ്റു.

ചന്തമ്മനും കൂടെയിറങ്ങി.

"പോട്ടേ.."

"ഇനിയെപ്പളാ?"ചന്തമ്മൻ ചോദിച്ചു

"കാണാം.. ഇതുപോലെ എപ്പോഴെങ്കിലും.

പോട്ടേ.." അയാൾ ചന്തമ്മന്റെ കൈകൾ ചേർത്തുപിടിച്ചു. പിന്നെയിറങ്ങി.

പിന്നിട്ട കാലത്തിന്റെ തീക്ഷ്ണസ്മൃതികളിൽ ഒരു തീർത്ഥാടനചക്രം പൂർത്തിയാക്കിയപോലെ ചന്ദ്രശേഖരമേനോൻ മടക്കയാത്രയ്ക്കായി താക്കോൽ തിരിച്ചു. പിറകിൽ ഇരുട്ടിന്റെ കമ്പിളിപ്പുതപ്പിനുള്ളിൽ മൊട്ടാലും തോട്ടുംകരയും അകന്നുകൊണ്ടിരുന്നു. ഇനിയൊരിക്കലും തിരിച്ചെത്താനിടയില്ലാത്തവിധം അതൊക്കെ അന്യമാവുകയാണ്.

പുഞ്ചച്ചാലിൽ പെരുമ്പാമ്പിറങ്ങിയ വിവരം തോട്ടുംകരയിൽ അറിയിക്കുന്നത് ശങ്കരനാണ്.

മഴ കഴിഞ്ഞ് മലവെള്ളം വലിഞ്ഞ് പുഞ്ചച്ചാലും ചിറയും തോടും കരകളിലൊതുങ്ങി മെലിയാൻ തുടങ്ങിയ കാലത്ത് സൗകര്യത്തിലൊന്ന് പൊറായിക്കിരിക്കാൻ ചെന്നതായിരുന്നു, ശങ്കരൻ. അപ്പോൾ അവന്റെ കാഴ്ചപ്പുറത്തുകൂടെ ഒരു വലിയ വേര് ഒലിച്ച് വരികയാണ്. ശങ്കരൻ കൗതുകത്തോടെ വേര് വരുന്നതും നോക്കിയിരിക്കവെ അത് കാട്ടുപൊന്തയിൽ കുരുങ്ങി. പിന്നെ വേര് സ്വയം വെള്ളത്തിൽ വാലിളക്കി പുളഞ്ഞ് കരയിലേക്ക് ഇഴഞ്ഞുകയറി. പെട്ടെന്നൊരു തിരിച്ചറിവിൽ ശങ്കരൻ അലറിക്കരഞ്ഞു.

ശങ്കരന്റെ കരച്ചിൽ കേൾക്കാൻ കേൾവിപ്പുറത്തൊന്നും ആരുമില്ലായിരുന്നു. അതിനാലവൻ കാറിവിളിച്ച് ചന്തമ്മന്റെ ചായപ്പീടികയിലേക്ക് കുതിച്ചു.

പട്ടാപ്പകൽ പത്തിരുപത് വയസ്സുള്ള ഒരു ചെറുക്കൻ ഉടുമുണ്ട് അരക്കെട്ടിനും മുകളിൽ തെറുത്തുപിടിച്ച് ഓടിയണഞ്ഞ് വരുന്നത് കണ്ട് പീടികയിലിരുന്നവർ എഴുന്നേറ്റു. അവർ അവനെ ശകാരിക്കാൻ തുടങ്ങുന്നതിനും മുൻപേ അവൻ വിളിച്ചു പറഞ്ഞു: "പാമ്പ്.. പാമ്പ്.."

"എബ്ഡേ, ചങ്കരാ?"

"അബ്ഡേ.. പുഞ്ചച്ചാലില്.."

ശങ്കരൻ വടിപോലെ നിന്നുവിറച്ചു.

"പോയി ചന്തികയ്കി ബാടാ.."

ചന്തമ്മൻ റോഡിലിറങ്ങി നിന്നു. അയാൾക്ക് മുമ്പിലൂടെ കാഴ്ചക്കാർ പുഞ്ചച്ചാലിലേക്ക് കുതിച്ചു. പുഞ്ചച്ചാലിന്റെ കരയോരത്ത് ആളുകൾ നിറഞ്ഞു. അവർക്ക് മുൻപിൽ പെരുമ്പാമ്പ് വല്ലപ്പോഴുമൊന്ന് വാലിളക്കി.. അതുകാൺകെ കൂടിനിന്നവർ അട്ടഹസിച്ച് ചിതറിയോടുകയും പിന്നെയും പതുക്കെ അടുത്തേക്ക് നീങ്ങിവരികയും ചെയ്തു.

"അനക്കണ്ടാ. കൊറച്ച് കയീമ്പം അത് വന്നവയിക്ക് പോയിക്കോളും." ചെക്കായി പറഞ്ഞു.

എന്നിട്ടും പാമ്പ് പോയില്ല. അത് കാഴ്ചകാണാനെത്തുന്നവർക്ക് മുമ്പിൽ ചത്തപോലെ കിടന്നു.

"തട്ടിനോക്കണോ?"

"മേണ്ടാ. ഇതെല്ലം ജെയിലിലായിപ്പോന്ന കേസാ." പഴയ ബിൽക ലക്ടർ മൊയ്തു പറഞ്ഞു.

വൈകുന്നേരത്തോടെ തോട്ടുംകരയിൽ ഒരു ജീപ്പും അതിനോട് ഘടി പ്പിച്ചൊരു ട്രെയ്ലറും വന്നുനിന്നു.

ജീപ്പിൽ വന്നവർ പെരുമ്പാമ്പിനെ പിടിക്കാൻ ചാക്കും തൂക്കിയിറങ്ങി. അവർക്ക് പിറകെ തോട്ടുംകരയിലെ ജനാവലിയാകെ നീങ്ങി. അസ്തമ യത്തോടടുത്ത നേരത്ത് ആർപ്പുവിളിയും ബഹളവുമായി പെരുമ്പാമ്പിനെ എതിരേറ്റ് ചന്തമ്മന്റെ പീടികയ്ക്കു മുമ്പിലെത്തിച്ചു. പിന്നെ അതിനെ ട്രെയിലറിലെ പെട്ടിയിലടച്ച് കൊണ്ടുപോകുന്നത് നാട്ടുകാർ കൗതുക ത്തോടെ നോക്കിനിന്നു.

പെരുമ്പാമ്പ് പോയതോടെ പുഞ്ചച്ചാലിൽ ചേറുമീനിനേയും കയി ച്ചിലിനേയും തിരഞ്ഞ് ഇസ്മായിൽ നടന്നു. ഇസ്മായ്ലിനെ കണ്ട് ഉദയ ശങ്കരൻ നിന്നു. ഉദയനും ഇസ്മായിലും തോട്ടിൻകരയിലൂടെ നടന്നു. അവ രുടെ കാൽപ്പെരുമാറ്റത്തിൽ പടന്നപ്പുല്ലിലെ പച്ചത്തുള്ളനും കരയോരത്തെ മാക്രികളും ചാടിമറഞ്ഞു. ഇസ്മായിൽ ചോദിച്ചു:

"ഇങ്ങള് ജയശ്രേച്ചീനെ വ്ളിക്കാമ്പോന്ന്ണ്ടോ?"

ഇസ്മായിലിന്റെ ചോദ്യംകേട്ട് പച്ചിലക്കാടിലെ ചെറുകിളികൾ ചിരിച്ചു. ഉദയൻ ചിന്തയിലാണ്ടു..

"ഇങ്ങള് ചെന്ന് വിളിച്ചാല് ജയശ്രേച്ചി വെരോ?"

ഇപ്പോൾ ഉദയശങ്കരൻ അറിയാതെ നിന്നു. അവന്റെ മനസ്സ് ചോദിച്ചു:

"ഞാൻ ചെന്ന് വിളിച്ചാൽ ജയശ്രീ വരുമോ?"

അവനു മുകളിൽ തോട്ടുംകരയിലെ കാക്ക കരഞ്ഞു. കിളികൾ ചിലച്ചു.

"ഓറ് വന്നാല് ഇങ്ങള് ഓറെ കല്യാണം കയിക്കോ?"

പുഞ്ചച്ചാലും തോടും സംഗമിക്കുന്ന വയലറുതിയിൽ അവർ നിന്നു. അവിടെവച്ച് ഉദയശങ്കരൻ ഇസ്മായിലിനോടൊരു കഥപറഞ്ഞു:

"പണ്ട്, പണ്ടൊരു നാട്ടിൽ ഒരു രാജകുമാരിയുണ്ടായിരുന്നു. അവൾക്ക് തിളങ്ങുന്ന കണ്ണുകളും കവിത തുളുമ്പുന്ന മനസ്സുമുണ്ടായിരുന്നു. അവൾക്ക് സ്നേഹിക്കാൻ കൊട്ടാരത്തിൽ അവളോളം പോന്ന ഒരു മുറ ച്ചെറുക്കനുമുണ്ടായിരുന്നു. അവൾ അവനുവേണ്ടി കവിതകൾ രചിക്കു കയും കൊട്ടാരമുറിയിൽ ഒറ്റയ്ക്കിരുന്ന് അത് ചൊല്ലി രസിക്കുകയും ചെയ്യു മായിരുന്നു. അവൾ ചൊല്ലുന്ന കവിതകൾ അവൻ കാണാമറയത്തിരുന്നു കേട്ട് ഹൃദിസ്ഥമാക്കി.

അവനത് കൊട്ടാരവളപ്പിലെ തണലുകളിലും താഴ്ന്ന കൊമ്പുകളി ലുമിരുന്ന് അവൾ കേൾക്കെ പാടി. അവളുടെ സ്വപ്നങ്ങളിൽ അവന ങ്ങനെ കൂടൊരുക്കി കാത്തിരുന്നു...

എന്നിട്ടും അവരൊരിക്കലും തമ്മിൽ പ്രണയമാണെന്ന് പറഞ്ഞില്ല."

ഇസ്മായിലിന് കഥ കേൾക്കാൻ ഇഷ്ടമായിരുന്നു. അതുകൊണ്ട് അവൻ ഉദയശങ്കരനോട് ചേർന്നുനടന്നു...

രാത്രിയിൽ മുത്തശ്ശി പറഞ്ഞു, പണ്ട്, നാല്പത്തെട്ടിലെ വെള്ളപ്പൊക്കത്തിൽ ഇതുപോലൊരു പെരുമ്പാമ്പ് തോട്ടുംകരയിൽ എത്തിപ്പെട്ടിരുന്നു, എന്ന്.

പാമ്പിന് ഒരു പീറ്റത്തെങ്ങിന്റെ വണ്ണവും ഉത്തരപ്പടിയുടെ നീളവും ഉണ്ടായിരുന്നു...

മുത്തശ്ശി കഥ ആരംഭിച്ചതോടെ രാധിക എഴുന്നേറ്റു. അവൾ പതുക്കെ മുറ്റത്തിറങ്ങി.

തെക്കേ വളപ്പിലെ നിലാവെളിച്ചത്തിലൂടെ ഉദയശങ്കരൻ നടന്നുവരുന്നതുകണ്ട് അവൾ നിന്നു.

"ആരാ.." മുത്തശ്ശി ചോദിച്ചു.

"ഉദയേട്ടനാ, മുത്തശ്ശി."

"അതിന് ഇഞ്ഞ്യെന്തിനാ ഇരുട്ടത്ത് മുറ്റത്തെറങ്ങ്യേത്..?"

രാധിക മുഖം ചുളിച്ചു, ഈ മുത്തശ്ശിയുടെ ഓരോ സംശയങ്ങള്.

"ഞാനിനി കുറച്ച് ദീവസം ണ്ടാവില്ല." ഉദയൻ പറഞ്ഞു. "ഒന്ന് കല്ക്കത്തവരെ കൂടെച്ചെല്ലണം- ന്ന്."

"കൂടെച്ചെല്ലാനാരാ വേറെള്ളത്?" മുത്തശ്ശി ചോദിച്ചു.

"ഗോപനുണ്ടാവും, കമ്പനീടെ ആവശ്യത്തിനാ."

എന്തോ മനസ്സിന് പിടിക്കാത്തപോലെ മുത്തശ്ശി തലയിളക്കി.

"കഴിഞ്ഞദെവസം ആരോ ഒരുത്തൻ കൽക്കത്തേന്ന് ഇങ്ങോട്ട് വന്നു. വന്നവന് നാല്പത്തിരണ്ട് കൊല്ലം മുമ്പ് നാട്വിട്ട ആളെക്കാണണം. അതോടെ കെടക്കപ്പായും ചുരുട്ടിവച്ച് പതിവ് ധ്യാനത്തിന് ന്നും പറഞ്ഞ് എറങ്ങിപ്പോയ ആള് പിന്നെ തിരിച്ചുവന്നില്ല.

പായും പുസ്തോംക്കെ അങ്ങനത്തന്നെ ഇപ്പളും കോലായില് കെടക്കാ. അത് കണ്ടിട്ടും ഇവ്ട്യാർക്കും ഒരസ്ഖ്യതേം ഇല്ല. ആ പായൊന്ന് നിവർത്തി നോക്കാമ്പോലും തോന്നുന്നില്ല...

വെരോ വെരാതിരിക്ക്വോ എന്തുവേണേലും ആയിക്കോട്ടേന്നാ. കർമ്മഫലം."

മുത്തശ്ശി പറഞ്ഞ് മിഴിതുടച്ചു.

"ഇപ്പോ, എവ്ട്ന്നോ അവതരിച്ച ഒരു പുത്തൻ മൊതലാളിക്ക് പത്ത്കൊല്ലം ജയിലീക്കെടന്നവന്റെ കൂട്ട് വേണം... എങ്ങാണ്ടോ കണ്ണെത്താത്ത നാട്ടില് പോവ്വാൻ.."

മുത്തശ്ശി വെറുതെ തലയാട്ടിക്കൊണ്ടിരുന്നു...

കോലായിലെ സംസാരംകേട്ട് അകത്തുനിന്ന് ദാമോദരൻ മാഷിറങ്ങിവന്നു.

"എന്താപ്പം ഇത്ര അത്യാവശ്യായിട്ട് കല്ക്കത്തേല്?" മാഷ് ചോദിച്ചു.

"അത് ഗോപനൊര് അലൂമിനിയം കമ്പനികൂടി തൊടങ്ങ്യാലെന്താ

ന്നൊരു വിചാരംണ്ട്. അതും മെട്ടാലില്ത്തന്നെ വേണംന്ന്. അതുകൂടി കണക്കാക്കീട്ട്ളെള സാധനങ്ങളാ ഇപ്പോ എറക്ക്യത്."

മാഷിന്റെ കണ്ണുകൾ വിടർന്നുവന്നു.

"അപ്പോ, അട്ത്ത് തന്നെ ണ്ടാവ്വോ?"

"അധികം താമസിക്കൂന്ന് തോന്നുന്നില്ല."

മാഷ് ചിന്തയിൽ മുഴുകി, മൂർദ്ധാവ് ചൊറിഞ്ഞു: "അതൊക്കെക്കൂടി വരുമ്പോ നാട്ടിനൊര് പുരോഗതീണ്ടാവും, ല്ലേ."

തെക്കേപ്പുറത്തെ കാഞ്ഞിരമരത്തിന്റെ മുരടിച്ച ഇലകളിൽ നിലാവെളിച്ചം വീഴുന്നത് രാധിക വെറുതെ നോക്കിനിന്നു.

"എപ്പളാ പൊറപ്പെട്ന്നേ?"

"നാളെ പറയാന്ന് പറഞ്ഞു. ചിലപ്പോ നാളെ രാത്രിതന്നെ വേണ്ടിവരും."

മുറ്റക്കൊള്ള് കയറി രാധികയും ഉദയനൊപ്പം നടന്നു. അവൾ കൂടെപ്പോകുന്നത് രസിക്കാതെ മുത്തശ്ശി പിന്നെയും തലയിളക്കി.

അഞ്ജനക്കറുപ്പുള്ള കാഞ്ഞിരയിലകളിൽ മഴത്തുള്ളികൾ തിളങ്ങുന്നു. അതിന്റെ വജ്രബിന്ദുക്കളിൽ ഉദയൻ വെറുതെ വിരൽതൊട്ടു. അവൻ പറഞ്ഞു:

"തിരിച്ചുവന്നിട്ട് ഞാൻ ജയശ്രീയെ കാണാൻ പോകുന്നുണ്ട്.."

ഉച്ചയ്ക്കുള്ള ചെന്താമരാക്ഷനിൽ ഉദയനൊരു പുതിയ ബാഗുമായി തോട്ടുംകരയിൽ വന്നിറങ്ങി.

"എപ്പളാ പൊറപ്പെട്ന്നേ?" ചന്തമ്മൻ ചോദിച്ചു.

"മിക്കവാറും രാത്രിവണ്ടിക്ക്ന്നെ വേണ്ടിവരുംന്നാ. ഏതായാലും വൈകുന്നേരത്തോടെ ഗോപന്റെ വീട്ടിലെത്തണം.."

ചന്തമ്മൻ കടുപ്പംകുറച്ചൊരു ചായയടിച്ച് ഉദയന്റെ മുമ്പിൽവച്ചു.

"അലൂമിനിക്കമ്പനി വന്നാല് പത്ത് നൂറാൾക്ക് പണികിട്ടൂല്ലേ?"

"കിട്ട്വായിരിക്കും.."

"നൂറാൾക്ക് പണിക്ട്ട്വാന്ന് വെച്ചാല് ചില്ലറക്കാര്യാ.." ചന്തമ്മൻ പറഞ്ഞു. "ആർക്ക്വാർക്കും വേണ്ടാണ്ട് കെടന്ന സ്ഥലേല്ലേ. അവ്ഡ്യല്ലേ തീപ്പെട്ടിക്കമ്പനീം അലൂമിനിക്കമ്പനീം ഒക്കെ വെരുന്നത്. അതും രണ്ടെണ്ണം ഒന്നിച്ച്-

ഉദയാ, ഇതെല്ലം ഇ്ഞ്ഞ്യാർത്തന്റെ കയിവ് കൊണ്ടാന്നാ..."

ഉദയൻ ചിരിച്ചു:

"നാട്ടില് ഒരു കമ്പനി വന്ന്കിട്ട്യാൽ പിന്നെ തുരുതുരാ പലകമ്പനികളും വരുംന്നാ, ഗോപൻ പറയുന്നത്. അങ്ങിനെയാണ്പോലും ആലുവായും ഉദ്യോഗമണ്ഡലുമൊക്കെ അത്രേം വലുതായത്. പോരാത്തതിന് ഇവിടെ ഈ പൊഴേല് സമൃദ്ധായിട്ട് വെള്ളോം കിട്ട്വല്ലോ- വെള്ളത്തിനും സ്ഥലത്തിനും ക്ഷാമോല്ലെങ്കില് പിന്നെ കറന്റിന്റെ കാര്യേള്ളൂ- അത് ശരിയാക്കിക്കോളാന്നാ."

ഉദയൻ പറഞ്ഞുവരുന്നത് ചന്തമ്മൻ ശ്രദ്ധയോടെ കേട്ടുനിന്നു.

"അങ്ങനന്യങ്ങനെ നാട് വെല്താവ്ന്നേനൊത്ത് ഈ ചായപ്പീട്യേം വെല്താക്കണ്ടേ, ന്നാ എന്റെ ചിന്ത."

ചന്തമ്മൻ ആലോചിച്ചാലോചിച്ച് തല ചൊറിഞ്ഞു. പിന്നെ ഉദയനോടുചേർന്ന് സ്വകാര്യത്തിൽ ഒരു രഹസ്യം തിരക്കി, അതായത് രണ്ട് കമ്പനികളുടെയും മാനേജരായിരിക്കുക ഉദയനായിരിക്കും, ല്ലേ, എന്ന്.

ഉദയൻ പിന്നെയും ചിരിച്ചു, എന്നിട്ട് ചില്ലറയ്ക്ക് പേഴ്സ് തുറന്നു.

അവൻ പുതുപുത്തൻ പേഴ്സ് തുറക്കുന്നതുകണ്ട് ചന്തമ്മൻ തടഞ്ഞു:

"വേണ്ട. പയിശ്ശ്യെല്ലം പിന്ന്യേട്ക്കാം. ഇപ്പം ഇങ്ങള് ചെല്ലീം. നാട്ടിനൊര് *കൊണോള്ളെ കാര്യേല്ലേ."

ഉദയൻ പേഴ്സ് മടക്കി.

"കല്ക്കത്തേല് ചെല്ല്മ്പം മ്മളെ ഡ്രൈവറ് ചന്ദ്രശേഖരമേനോനോട് ഈ ചന്തമ്മൻ അന്വേഷിച്ചതായിറ്റ് പറേണം." ചന്തമ്മൻ പറഞ്ഞു: "ഇനി വെരുമ്പം മറക്കാണ്ട് കാണണംന്നും പറേണം."

തോട്ടുകര സ്രാമ്പിയിൽ ഇബ്രായി മൊയില്യാർ അസ്റ് വാങ്ക് വിളിച്ചു.

വാങ്കും വിളിച്ച് വാതിലും ചാരിവച്ച് റോഡിലിറങ്ങിയ മൊയില്യാർ ചന്തമ്മന്റെ ചായപ്പീടികയ്ക്ക് മുൻപിൽ അവശനായി നിന്നു.

മൊയില്യാരുടെ നില്പിൽ എന്തോ പന്തികേട് തോന്നിയ ചന്തമ്മൻ റോഡിലിറങ്ങി അയാളെ താങ്ങി പീടികക്കോലായിൽ കയറ്റി.

"എന്താ മൊയില്യാറേ?" ചന്തമ്മൻ ചോദിച്ചു.

മൊയില്യാർ ഒന്നുമില്ലെന്ന് കൈകൊണ്ട് കാണിച്ചു. അപ്പോൾ മൊയില്യാറുടെ കണ്ണിലെ കൃഷ്ണമണികൾ മറഞ്ഞുപോകുന്നത് ചന്തമ്മൻ ശ്രദ്ധിച്ചു. ശരീരം വാടിത്തളർന്ന് ഒരുവശംചേർന്ന് ചരിയുന്നു..

പെട്ടെന്നയാൾ മൊയില്യാറെ താങ്ങിപ്പിടിച്ചു, കിടത്തി...

"ചങ്കരാ, ലേശം തണ്ത്ത വെള്ളം..."

ശങ്കരൻ ഗ്ലാസിൽ വെള്ളം കൊടുത്തു. ചന്തമ്മനത് വാങ്ങി മൊയില്യാരുടെ മുഖത്ത് തളിച്ചു. മൊയില്യാരുടെ വരണ്ടചുണ്ടും വിടർന്നവായും നനച്ചു. എന്നിട്ടും മൊയില്യാർക്ക് ബോധം തെളിഞ്ഞില്ല.

"മൊയില്യാർക്ക് ലേശം പഞ്ചസാര വായിലിട്ട് കൊട്ക്കീം."

അതുവഴി വന്ന ഗോപാലക്കുറുപ്പ് വിളിച്ചു പറഞ്ഞു. അതുകേട്ട ചന്തമ്മൻ സ്പൂണിൽ പഞ്ചസാരയെടുത്ത് മൊയില്യാരുടെ വായിലിട്ടു കൊടുത്തു. മൊയില്യാർ കണ്ണുകൾ തുറന്നു...

ഇബ്രായി മൊയില്യാർ ഏതോ ഒരജ്ഞാതവാസം കഴിഞ്ഞപോലെ എഴുന്നേറ്റിരുന്നു. പിന്നെ കുട കുത്തിപ്പിടിച്ച് എഴുന്നേറ്റ് പതുക്കെ നടക്കാൻ തുടങ്ങി.

* ഗുണമുള്ള

“തെരക്കാക്കണ്ട, മൊയില്യാറേ. ലേശോംകൂടി ഇര്ന്ന് ഷീണം മാറീറ്റ് പോയ്ക്കോളീം.”

ചന്തമ്മൻ പറഞ്ഞു.

മൊയില്യാർ സ്നേഹപൂർവ്വം ചന്തമ്മനെ നോക്കി. പിന്നെ കുട തുറന്നു.

തോട്ടുംകരയിലെ തണൽമരച്ചില്ലകളിൽ പക്ഷിക്കൂട്ടം ഒച്ചയില്ലാതെ കരഞ്ഞു.

കോൺക്രീറ്റ് പാലംകടന്ന് ആൽത്തറചുറ്റി ചെന്താമരാക്ഷൻ പിന്നെയും നാല്തവണ തോട്ടുംകര വന്നു വടകരയ്ക്ക് തിരിച്ചുപോയി. സന്ധ്യകഴിഞ്ഞ് പുതിയബാഗും പിടിച്ച് അല്പം അത്താഴവും കരുതി ഉദയശങ്കരൻ അവസാനത്തെ ട്രിപ്പ് കണക്കാക്കി തോട്ടുംകരയിലെത്തി. അവൻ ചന്തമ്മന്റെ ചായപ്പീടികയിൽ ബസ് വരുന്നതും കാത്തിരുന്നു.

ട്രെയിൻ പാതിര കഴിഞ്ഞിട്ടാണ്.

അകലത്തിന്റെ ദുഃഖം

ഉച്ചനേരത്ത്, അയച്ചയാളിന്റെ പേരും മേൽവിലാസവുമില്ലാത്ത ഒരു കവർ ഇസ്മായിൽ രാധികയ്ക്ക് കൊണ്ടുക്കൊടുത്തു. കവറിന്റെ നാലു പുറവും ഒട്ടിച്ച് ഉറപ്പ് വരുത്തിയിരുന്നു. അഡ്രസ് കമ്പ്യൂട്ടറിൽ അടിച്ച് ഒട്ടിച്ചിരിക്കുകയാണ്.

"തോട്ടുംകരേന്ന് പോസ്റ്റ്മാഷ് തന്നതാ." ഇസ്മായിൽ പറഞ്ഞു.

'മാഷല്ല. ശിപായിയായിരിക്കും.' രാധിക മനസ്സിൽ പറഞ്ഞു.

"ആര്ടേയാ..?" കോലായിൽ കാലുംനീട്ടിയിരിക്കുന്ന മുത്തശ്ശി ചോദിക്കുന്നു.

"അറിയില്ല, മുത്തശ്ശി."

"അതെങ്ങിന്യാ കത്തയച്ച്യാളെ അറിയാണ്ടിരിക്കാ?"

രാധിക മുത്തശ്ശിയുടെ മുമ്പിൽനിന്ന് ഒളിച്ചുകടത്തുന്നപോലെ കത്തുമായി അകത്തേക്ക് നടന്നു. അപ്പോഴും മുത്തശ്ശിയെന്തോ പിറുപിറുക്കുന്നുണ്ടായിരുന്നു...

"പ്രിയപ്പെട്ട അനിയത്തീ,"

പൊടുന്നനെ രാധികയുടെ കൈവിറച്ചു. കണ്ണുകളിൽ മൂടൽമഞ്ഞടിയുന്നപോലെ.

"ചേച്ചീ." അവളുടെ മനസ്സ് അറിയാതെ വിളിച്ചു, "ചേച്ചീ.."

ഉള്ളിന്റെയുള്ളിൽനിന്ന് ഉറവപൊട്ടിയൊഴുകിയപോലൊരു മിഴിനീർ പ്രവാഹം..

"നിലാവിലും നിഴലിലും ഞാനേകയായി ഇവിടെ, ഈ ഹോസ്റ്റൽ മുറിയുടെ നാല് ചുമരുകൾക്കുള്ളിൽ സ്വയം ബന്ധിതയായി കഴിഞ്ഞുകൂടുമ്പോഴും കുട്ടീ, ഞാനോർത്തുകൊണ്ടിരുന്നത് നിന്നെക്കുറിച്ചായിരുന്നു. നീ എനിക്ക് അനിയത്തിയും കൂട്ടുകാരിയും സന്തതമായ സാമീപ്യവും

മനസ്സിന്റെ പാതിയുമായിരുന്നു. എന്നിട്ടും നിന്റെ കത്തുകൾക്ക് ഞാൻ മറുപടി അയച്ചില്ല. അത് നിന്നെ വേദനിപ്പിച്ചിട്ടുണ്ടാവുമെന്ന് എനിക്കറിയാം, ക്ഷമിക്കുക.

കഴിഞ്ഞ ദിവസം എന്റെ ഒരു സ്റ്റുഡന്റ് എന്നോട് ചോദിച്ചു: മനസ്സിൽ കവിത കൊണ്ടുനടക്കുന്നത് ഒരുതരം ദുഃഖമാണല്ലേ ടീച്ചർ, എന്ന്. ഞാൻ അത്തരത്തിൽപ്പെടുന്ന ഒരാളാണെന്ന് അവൾ എങ്ങനെയോ അറിഞ്ഞിരിക്കുന്നു. ഞാൻ പലതവണ അവളിലൂടെ നിന്നെ കാണാൻ ശ്രമിച്ചിരുന്നു. അപ്പോഴെല്ലാം ഞാൻ തിരിച്ചറിഞ്ഞ ഒരു രഹസ്യമുണ്ട്, അത് ആർക്കും ആരേയും പകരം വെയ്ക്കാനാവില്ലെന്നതാണ്..

ആരുടെയും മുമ്പിൽ ഒരിക്കലും ഒളിച്ചുവയ്ക്കാൻ കഴിയാത്തത് മനസ്സാണെന്ന് ഞാൻ തിരിച്ചറിയുന്നു, കുട്ടീ. അതിനുമപ്പുറത്ത് അത് നിർവ്വചിക്കാനാവാത്ത മറ്റെന്തോ ചിലതുകൂടിയാണെന്നും..."

രാധിക കണ്ണുകൾ ഇറുക്കിയടച്ചു, മിഴികളിൽ തൂങ്ങിനിന്ന നനവിന്റെ തുള്ളി പതുക്കെ ചൂണ്ടുവിരൽ വച്ച് തുടച്ചു.

മുത്തശ്ശി ചോദിക്കുന്നു: "രാധികേ, നിയ്യവ്ടെ എന്തെടുക്ക്വാ?"

"ഒന്നൂല്ലാ, മുത്തശ്ശീ.." പെട്ടെന്ന് കത്ത് മടക്കിപ്പിടിച്ചു, "ഞാനിവിടെ വായിക്ക്വാ."

മുത്തശ്ശി വിശ്വസിച്ചുവോ, ആവോ.

മുത്തശ്ശിക്ക് ആരോടും ഒന്നിനോടും വിശ്വാസമില്ലാതായിരിക്കുന്നു.

"എനിക്കറിയാം, ഉദയേട്ടൻ ആരേയും കൊന്നിട്ടില്ല, എന്ന്. കൊന്നവരും കൊല്ലാൻ കൂട്ടുനിന്നവരും ഇപ്പോൾ ഉദയേട്ടന്റെ രക്ഷകരായി എത്തിയിട്ടുണ്ടെന്നും ഞാൻ നിന്റെ കത്തിലെ വരികൾക്കിടയിലൂടെ വായിച്ചെടുക്കുന്നു. ഇനിയുമൊരു ചതിയിൽ ഉദയേട്ടൻ പെട്ടുപോകരുതേ, എന്ന ഒറ്റപ്രാർത്ഥനയേ എനിക്കിപ്പോഴുള്ളു."

രാധിക ഒരിക്കൽക്കൂടി കത്ത് താഴ്ത്തിപ്പിടിച്ചു. ചുറ്റും അസ്വസ്ഥതകളുടെ വണ്ടുകൾ മൂളിപ്പറക്കുന്നപോലെ.

"രാധികേ, ഞാനീ കത്ത് ചുരുക്കുകയാണ്. ഇത് നീ മറ്റാരേയും കാണിക്കരുത്.

എനിക്ക് നിന്നോട് ഒരപേക്ഷകൂടിയുണ്ട്, നീ ഈ കത്തിന് മറുപടി എഴുതരുത്.

നിന്റെ നിർമ്മലമായ സ്നേഹവും തെളിനീരുപോലുള്ള ഭാഷയും നിലാവുപോലുള്ള മനസ്സും എന്നെ വല്ലാതെ ദുർബ്ബലപ്പെടുത്തുന്നു. ഞാനിപ്പോൾ ഏറ്റവും ഭയപ്പെടുന്നത് എന്റെ മനസ്സിനെയാണ്, കുട്ടീ.

എനിക്ക് ഉദയേട്ടനെ കാണണ്ട. ഞാനെന്റെ എല്ലാ ഗൃഹാതുരതകളും സ്വയം അടക്കിയും ചിലനേരങ്ങളിൽ സ്വയം ശാസിച്ചും നിന്നുപോകുന്നത് അതുകൊണ്ടാണ്.

ഉദയേട്ടൻ ഇന്നുവരും, നാളെവരും എന്ന് നാട്ടിൽ അഭ്യൂഹമുണ്ടായിരുന്ന കാലം മുതൽ ഞാൻ ഉദയേട്ടനെ അഭിമുഖീകരിക്കുന്നത് ഒഴിവാക്കാൻ ആഗ്രഹിച്ചതായിരുന്നു. ഒരു നിമിത്തംപോലെ എന്റെ ജോലി

അതിനൊരു സൗകര്യവുമായി.

രാധികേ, ഞാനൊരല്പകാലം കൂടി എന്റെ ഈ വാല്മീകത്തിൽ കഴിഞ്ഞുകൊള്ളട്ടെ.

എങ്കിലും ഞാൻ വരും. എന്നെങ്കിലും.. എനിക്ക് വരാതിരിക്കാനാവില്ല, അനിയത്തീ. അതെന്നാണെന്നറിയാതെ ഞാനും കാത്തിരിക്കുകയാണ്.

അതുവരെ, അതുവരെ മാത്രം ഈ അകലത്തിന്റെ ദുഃഖം.

എന്ന്,

നിന്റെ പ്രിയപ്പെട്ട ചേച്ചി."

രാധിക കത്ത് മടക്കി. അത് കൈവിരലുകൾക്കിടയിൽ അമർന്നുപോയ ഒരു കിളിക്കുഞ്ഞിനെപ്പോലെ പിടയുന്നു.

പുറത്ത് മഴക്കാറ്റ് അടങ്ങിയിരിക്കുന്നു. വൃക്ഷത്തലപ്പുകൾ നിശ്ചലങ്ങളാണ്.

മുത്തശ്ശി കാലുംനീട്ടി കോലായിൽത്തന്നെ ഇരിക്കുകയാണ്.

ഉച്ചനേരത്തെ നനഞ്ഞ വെയിലിൽ ഇബ്രായി മൊയില്യാർ ഇറങ്ങി. അദ്ദേഹത്തിന്റെ നരച്ച കുടശ്ശീലയിൽ തുളകൾ തെളിഞ്ഞു. അതിലൂടെ സൂര്യപ്രകാശം നൂലുകൾപോലെ ഇറങ്ങി, അവ മൊയില്യാരുടെ കുപ്പായത്തിലും ഞാന്നിഴയുന്ന മേൽമുണ്ടിലും വൃത്തങ്ങൾ രചിച്ചു...

തീരെ പ്രതീക്ഷിക്കാതെ മൊയില്യാർ വരുന്നതുകണ്ട് ഗോപാലക്കുറുപ്പ് ധൃതിയിൽ നടവഴിയിറങ്ങിച്ചെന്നു. കുറുപ്പ് ഇങ്ങോട്ട് വരുന്നകണ്ട് മൊയില്യാർ ഒതുക്കുകല്ലുകൾ കയറാതെ വഴിമദ്ധ്യത്തിൽത്തന്നെ നിന്നു.

"ഇതെന്താ, ഇങ്ങോട്ട്..." കുറുപ്പ് മൊയില്യാരുടെ കൈപിടിച്ചു: "വെരാ.."

"മേണ്ട, കുറുപ്പേ.. ഇബ്ഡ ന്ന് പറയാന്ള്ളതേ, ള്ളൂ."

മൊയില്യാർ കുട താഴ്ത്തിപ്പിടിച്ചു. വൃദ്ധൻ കിതയ്ക്കുന്നുണ്ട്.

"എന്താ ഒര് സുഖോല്ലാത്തപോലെ..."

"സുകോല്ലാ, കുറുപ്പേ. വയസ്സ് ഒരുപാടായില്ലേ?" മൊയില്യാർ പറഞ്ഞു.

"ഇന്നല ചന്തമ്മന്റെ പീട്യേല് കണ്ടപ്പളേ വിചാരിച്ചതാ, ഇനിയെങ്കിലും മൊയില്യാർ ഒരു ഡോക്ടറെ കാണിക്കണംന്ന്. വേണേങ്കില് ഞാനും കൂടെവരാം."

കുറുപ്പിന്റെ സ്നേഹത്തിന് മുമ്പിൽ മൊയില്യാർ തലകുനിച്ചു.

"ഞമ്മള് പോന്നാ കുറ്പ്പേ." മൊയില്യാർ പറഞ്ഞു: "എബ്ഡേക്കാന്ന് ഒര് തിരിവാടുല്ല. പക്കേങ്കല് ഞമ്മള് ഓന്റെ വിളി കേട്ട് തൊടങ്ങീരിക്ക്ന്ന്..

ഓൻ വിളിച്ച് തൊടങ്ങീർക്ക്ന്ന്, കുറ്പ്പേ. അള്ളാഹുത്താര.."

കുറുപ്പിന്റെ കൈകളിൽ മൊയില്യാരുടെ കൈത്തലം വിറച്ചു. അത് വല്ലാതെ വിയർക്കുന്നു.

"വീട്ടിലോട്ട് കയറിയിരുന്ന് അല്പം വിശ്രമിച്ചൂടേ.."

വെയിലിന്റെ തിളക്കം പൊടുന്നനെ മങ്ങി. മൊയില്യാർ എന്തു കൊണ്ടോ കുറുപ്പിന്റെ കൈകൾ പാരം ചേർത്തുപിടിച്ചു.

"പത്ത്നാപ്പത്തഞ്ച് കൊല്ലായി പടച്ചോനെ മാത്റം മനസ്സിൽ നിരീച്ച് കയീന്ന്. നിസ്കാരോം നൊയമ്പും തെറ്റിച്ചിറ്റില്ല.. അഞ്ച്നേരോം മൊട ങ്ങാണ്ട് ബാങ്ക് വിളിച്ചി.

അയിനെടേല് ജീവിതത്തില് ബെലിയ്യെ പാഡം[1] പടിച്ചി. നാട്ടില് ഏറ്റ വും ബഉമാനിക്കണ്ടെ ആൾക്കാറെ കാഫറ്ങ്ങള്ന്നെല്ലം പേര്ചൊല്ലി അക റ്റിക്കളേന്ന്ണ്ട്, ന്ന്.

മനിശമ്മാറ് മതത്തിന്റെ പേരില് കാണിക്ക്ന്ന പേക്കൂത്ത് കാണ്മ്പം ഇമ്മതേല്ലം സത്യത്തില് പടച്ചോൻ തെന്ന്യാന്നോ ഇണ്ടാക്ക്യത്ന്ന് സമി ശയം തോന്നിപ്പോന്ന്ണ്ട്, കുറുപ്പേ."

ഇങ്ങള്ള്യാക്കെ സ്നേഹം ഈ ഇബ്രായിമൊയില്യാർക്ക് മറക്കാനാ വ്വല്ല..

ഇനി പോവ്വാ.."

മൊയില്യാർ കുറുപ്പിന് മുമ്പിൽ കുട കൂട്ടിപ്പിടിച്ച് ചേർന്നുനിന്നു.

"ഇക്കാലത്തിനെടേല് അരസെന്റ്പോലും ഞമ്മളായിറ്റ് ള്ണ്ടാക്കീ റ്റില്ല. ഓന്റെ മണ്ണില് ഓന്റെ നാമം മാത്ത്റം ജപിച്ചി ജീവിച്ചി.

പോവ്വാ കുറുപ്പേ..

ഇത്തോട്ടുംകരേല് എനക്ക് ഇങ്ങളോടും ചന്തമ്മനോടും പറയാണ്ട് പോവ്വാനാവൂല്ല, അവ്വൊണ്ടാ[2].."

മൊയില്യാർ പതുക്കെ കൈവിട്ടു. പിന്നെ പതിവുപോലെ കുട നിവർത്തി.

ഇടിഞ്ഞുതാണ ചെങ്കൽപ്പടവുകളിൽ കുറുപ്പിന്റെ നിശ്വാസമുയർന്നു.

പഥികന്റെ വഴികളിൽ നാല് പതിറ്റാണ്ടുകളുടെ നിതാന്തമായ കാല് പെരുമാറ്റം അന്യമാവുകയാണ്..

അവുള്ളയുടെ കടയ്ക്ക് മുൻപിൽ ട്യൂഷന് പോകാനുള്ള നാലുമണി നോക്കി ദാമോദരൻ മാഷ് നിന്നു.

"ഇക്കല്ക്കത്തേല് എത്ത്വാനെത്തര ദെവസംമേണം മാശേ?" ഒസ്സാ നവുള്ള ചോദിച്ചു.

"എനക്കും കൃത്യായിറ്റ് അറിയില്ലവുള്ള. എന്നാലും മൂന്നാല് ദിവസം വേണ്ടിവെരൂല്ലേ.."

"കപ്പലില് ഇരിക്കണോ, മാശേ?"

"കല്ക്കത്തേല് കടലും കപ്പലോന്നും ഇല്ലവുള്ളാ."

"അപ്പോ അതിന്ത്യാരാശ്യത്തല്ലേ?"

"രാജ്യം ഇന്ത്യതന്നെയാ..."

---

1. പാഠം
2. അതുകൊണ്ടാണ്

സ്രാമ്പിയിൽ വാങ്ക്വിളിച്ചു. അതിന് ഏതോ അപരിചിതന്റെ സ്ത്രൈണ ശബ്ദം.

അതുകേട്ട് അവുള്ളയും മാഷും കാതുകൂർപ്പിച്ചു.

അവർ പരസ്പരം നോക്കി.

"അറീല്ല, മാശേ."

ഓർമ്മവെച്ച കാലംമുതൽ മുടങ്ങാതെ കേട്ടുപരിചയിച്ച ശബ്ദം. അതിനിന്ന് എന്തുപറ്റി, ആവോ..

തോട്ടുവക്കിൽ പതിറ്റടികൾ വിരിഞ്ഞതും നോക്കി ദാമോദരൻ മാഷ് നടന്നു.

കുട മടക്കി, നേർത്തുനീണ്ട മേൽമുണ്ട് വലിച്ച് തലയിലിട്ട് പോക്കുവെയിലിൽ ഇബ്രായി മൊയില്യാർ കദീശുമ്മയുടെ കബറിന് മുമ്പിൽ നിന്നു. തൊട്ടുചേർന്ന മയിലാഞ്ചിക്കമ്പുകളിലെ സൂചിമുഖികൾ മൊയില്യാരെ കണ്ട് മറുചില്ലപൂകി.

"കദീശാ."

നന്നേ പതിഞ്ഞസ്വരത്തിൽ മൊയില്യാർ വിളിച്ചു. ആ വിളിയിൽ പിന്നെയും മയിലാഞ്ചിച്ചില്ലയിളകി.

"ഞാമ്പോവ്വാ, കദീശാ.."

മൊയില്യാർ അല്പനേരം കണ്ണടച്ചുനിന്നു..

"എനക്ക് ഇന്നോടുംകൂടി മാത്തറേ യാത്റ പറയാന്ള്ളൂ. അതാ ബന്നത്...

ഒര്നാളും കണ്ട്ല്ലെങ്കിലും, കാണ്വാനായിറ്റ് ഞാമ്പന്നില്ലെങ്ക്ലും ഇഞ്ഞ്യ്പ്പറത്തെ പൊരേല്ണ്ടല്ലോന്ന്[1] ഒര് സമാദാനം എനക്ക്ണ്ടേനും...

ഇപ്പോ, തോട്ടുങ്കരേല് ഞാനൊറ്റക്കായിപ്പോയി, കദീശാ."

മൊയില്യാർക്ക് കാലുകൾ വിറയ്ക്കുന്നപോലെ. അയാൾ കുടകുത്തി നിന്നു.

"പരലോകത്തില് വെലീയ്യെ ഒര് മരോണ്ട്.. സിജിറത്തുൾ മുൻതഹാ..

അയിന്റെ എല ദുനിയാവ് മുയുവനും പരന്ന് കെടക്ക്ന്ന്ണ്ട്. അയിന്റെ ഓരോ എലേലും മണ്ണിലെ മനിശന്റെ പേരെയ്തി ബെച്ചിക്ക്ണ്ട്. അത് പയ്ത്ത് ബീഴ്മ്പോ[2] അയിന്റെ ആള് ബൂമീല് മയ്യത്താളം...

അത് പടച്ചോന്റെ നെയമാ, കദീശാ.

എന്റെ എലയും പയ്ത്ത്ക്കി.[3] അത് ഏത് നേരത്തും ബീഴ്ം.[4] അങ്ങനെ ബീണ് കയിഞ്ഞാല് പടച്ചോന്റെ കൃഫേണ്ടെങ്കില് മ്മക്ക് പരലോകത്ത്ന്ന് കാണാം, കദീശാ.."

---

1. ഞാൻ വന്നില്ലെങ്കിലും നീ അപ്പുറത്തെ വീട്ടിൽ ഉണ്ടല്ലോ എന്ന്
2. പഴുത്ത് വീഴുമ്പോൾ
3. പഴുത്തിരിക്കുന്നു
4. വീഴും.

ഇബ്രായി മൊയില്യാർ വിരലുകൾ പിണച്ചു പിന്നെയും നിന്നു. അയാൾക്ക് മുമ്പിൽ പകലിന്റെ രശ്മികൾ ചുവന്നു.

മൊയില്യാർ പതുക്കെ കുടതുറന്നു, പിന്നെ വിറയ്ക്കുന്ന കാലുകൾ പറിച്ചുവച്ച് പള്ളിപ്പറമ്പിറങ്ങി.

കർക്കിടകത്തിലെ കാറ്റിൽ മഴത്തുള്ളികൾ കണ്ണുനീർക്കണങ്ങളായി പൊടിഞ്ഞുകൊണ്ടിരുന്നു...

അടയാളങ്ങൾ

അവസാന ട്രിപ്പും പൂർത്തിയാക്കി ചെന്താമരാക്ഷൻ നീരാട്ടിനിറങ്ങി. ഒറ്റത്തോർത്തുടുത്ത്, കുനിഞ്ഞ് തൊട്ടിയിൽ വെള്ളംമുക്കി നിവരുന്ന കിളിയെ തനിച്ചാക്കി ഡ്രൈവർ മൂളിപ്പാട്ടും പാടി കരയോരം പിടിച്ചു. കരയോരത്ത്, പഴയ പാലമരച്ചോട്ടിൽ, അത്യാവശ്യത്തിനുള്ള തട്ടുകട പിൻവാതിൽ ചാരാതെ കിടപ്പുണ്ടായിരുന്നു. അതിനപ്പുറത്ത് പൂതല് മാണിക്കത്തിന്റെ വീട്ടിൽ വെളിച്ചമണഞ്ഞിട്ടില്ല.

പുഴയോരത്തെ നാട്ടുവെളിച്ചത്തിൽ മടലുമുറിച്ച മൊസാക്കുവച്ച് ബസിന്റെ ഗുഹ്യതകളിൽ കിളി അശ്ലീലമായി ഉരച്ചുകഴുകി. അതിന്റെ ചികരിക്കുത്ത് പകരുന്ന രസത്തിൽ അവൻ ഉറക്കെയുറക്കെ തെറിപ്പാട്ടുകൾ പാടിക്കൊണ്ടിരുന്നു. അവന്റെ നനഞ്ഞൊലിക്കുന്ന ദേഹത്തിലൂടെ കലങ്ങിയ അഴുക്കുവെള്ളം ഒഴുകിയിറങ്ങി. അത് ചാലായി തിരികെ പുഴയിൽത്തന്നെ ഒഴുകിച്ചേർന്നു.

ബസ് ജീവനക്കാരുടെ പറ്റെഴുതിവച്ച് ചട്ടിയുംകലവുമടുക്കി നിരയിടാനുള്ള പുറപ്പാടിലായിരുന്നു ചന്തമ്മൻ. അയാളുടെ പണിതീരാൻ കാത്ത് കുതിരച്ചങ്കരൻ കോട്ടുവായിട്ട് നില്ക്കുന്നുണ്ട്.

അപ്പോൾ ആരോ തിരക്കിട്ട് തോട്ടുംകരയിലൂടെ നടന്നുവരികയാണ്. അയാളുടെ ടോർച്ചിന്റെ വെളിച്ചം കണ്ട് അത് ഗോപാലക്കുറുപ്പാണെന്ന് ചന്തമ്മൻ തിരിച്ചറിഞ്ഞു.

"എന്താ കുറുപ്പേ, പതിവില്ലാണ്ട് ഇന്നേരത്ത്.." ചന്തമ്മൻ ചോദിച്ചു.

കുറുപ്പ് നേരെ പീടികക്കോലായിലെ ബെഞ്ചിലിരുന്നു.

"സമാവറില് വെള്ളം പാർന്ന്[1] പോയല്ലോ, കുറുപ്പേ..."

---

1. ഒഴിച്ചു.

"ഒന്നുംവേണ്ട ചന്തമ്മാ.." ടോർച്ച് മടിയിൽ കിടത്തിവെച്ച് കുറുപ്പ് തോർത്തെടുത്ത് വീശി..

"എന്താ കുറുപ്പേ, ഒര് പരവേശം.."

"ഒരു വിവരോണ്ടെനും ചന്തമ്മാ."

"എന്ത്ന്നാ.. പറയീം."

"മ്മളെ ഉദയനില്ലേ, ഓനൊര് അപകടം പിണഞ്ഞിക്ക്, ന്ന്."

"അയിന് ഓനിവിടേല്ലാലോ..?"

"ഇല്ല. കല്ക്കത്തേലേക്ക് പോക്ന്ന വഴിയാ... തീവണ്ടീന്ന്.."

കുറുപ്പ് തോർത്തുമടക്കി പിന്നെയും വീശിക്കൊണ്ടിരുന്നു.

"അപായം എന്തെങ്കിലുണ്ടോ, കുറ്പ്പേ?"

"അപായം തന്ന്യാന്നാ അറിവ്, അല്ലാണ്ട് തീവണ്ടീന്ന് വീണാല്.."

ഇരുവരും നോക്കിനിന്നു.

"ഇപ്പോന്താ ചെയ്യാ?"

"അത്ന്ന്യാ ഞാനും ചിന്തിക്ക്ന്നേ." കുറുപ്പ് ബെഞ്ചിൽ നിന്നെഴുന്നേറ്റു. "കണ്ണെത്താത്ത ദൂരം. വിളിച്ചന്വേഷിക്കാൻപോലും ഒരാളില്ല."

ചന്തമ്മൻ പെട്ടെന്ന് നിരയിട്ട് പീടിക പൂട്ടി.

അടുത്ത വീട്ടിലൊന്നും വിളക്കണച്ചിട്ടില്ല. ചന്തമ്മൻ ചെക്കായിയെ വിളിച്ചു: "ചെക്കായീ."

"ഇതിലൊര് ചതീണ്ടോ, കുറുപ്പേ.." കേട്ടപാടെ ചെക്കായി ചോദിച്ചു.

ജന്മപാപങ്ങളുടെ നൈരന്തര്യംപോലെ ഉദയനെ വേട്ടയാടിക്കൊണ്ടിരുന്ന തീക്ഷ്ണമായ അനുഭവങ്ങളുടെ ഓർമ്മകളിൽ അവരിറങ്ങി.

അതിനിടയിൽ ചന്തമ്മൻ പീടികയിൽ കത്തിക്കാതെ സൂക്ഷിച്ചുവച്ചിരുന്ന പഴയ പെട്രോമാക്സ് കൈയിലെടുത്തു. ചന്തമ്മനും ഒസ്സാനവുള്ളയും ഗോപാലക്കുറുപ്പും പിന്നെയുമാരൊക്കെയോ ഉറങ്ങാതെ കോലായിൽ കഴിച്ചുകൂട്ടി. പുലരുംവരെ പൊന്നാറത്ത്പറമ്പിൽ പെട്രോമാക്സിന്റെ വെളിച്ചം കിടന്നു.

നേരം പുലർന്നതോടെ തോട്ടുംകരയിൽ നാട്ടുകാർ തടിച്ചുകൂടി. അവരിൽ ചിലരൊക്കെ പൊന്നാറത്ത് പറമ്പിലേക്ക് ചെന്നു. അവരോട് മുത്തശ്ശി ചോദിച്ചു:

"എന്താ..?

എന്താ എല്ലാരുംകൂടി..."

ആരും മറുപടിയൊന്നും പറഞ്ഞില്ല. അവർ പറമ്പിലും വീട്ടുമുറ്റത്തും ഒറ്റയായും കൂട്ടായും നിന്നു. ഒന്നുമൊന്നും മനസ്സിലാവാതെ മുത്തശ്ശി വരുന്നവരെ നോക്കിയും സ്വയം സംസാരിച്ചും കോലായിൽ കാലും നീട്ടിയിരുന്നു.

സ്രാമ്പിയിൽ പതിറ്റടി വാങ്ക് വിളിച്ചനേരത്ത് ജയശ്രീ തോട്ടുംകരയിൽ ബസിറങ്ങി.

അവളോടൊപ്പം ഇസ്മായിലും നടന്നു. തോട്ടുവക്കിൽ കുളക്കോഴികളെ നോക്കിനിന്ന ശങ്കരൻ ഇസ്മായിലിനെ കണ്ട് കൂടെപ്പോന്നു.

മകളെക്കണ്ട് ദാമോദരൻ മാഷ് തലയുയർത്തിനോക്കി. പിന്നെ പഴയതുപോലെ ബെഞ്ചിൽ മുഖംകുമ്പിട്ട് കുന്തിച്ചിരുന്നു. അച്ഛനരികെ ജയശ്രീ മുഖംകുനിച്ചുനിന്നു. അവളുടെ കൈവിരലിൽ ദാമോദരൻ മാഷ് തിരുപ്പിടിച്ചു. അനേകം കാലടികൾ പതിഞ്ഞ് തേഞ്ഞുമിനുത്ത ഉമ്മറപ്പടിയിൽ മിഴിനീർത്തുള്ളികൾ ചൂടാറാതെ കിടന്നു.

തറവാട്ടുകോലായിൽ ചുരുട്ടിവച്ച ഒരു പായും അതിനുമുകളിൽ നിറംമങ്ങിയ ഒരു തുണിസഞ്ചിയും അതിനകത്ത് ചുവന്ന ചട്ടയുള്ള ഒരു പഴയ പുസ്തകവും, അപ്പുറത്ത് പുതിയ വീടിന്റെ ഓഫീസ് മുറിയിൽ നിവർത്തിയിട്ട ഒരു കോസടിയും ആരുമാരും സ്പർശിക്കാതെ അനാഥമായിക്കിടന്നു.

www.ingramcontent.com/pod-product-compliance
Lightning Source LLC
LaVergne TN
LVHW060140051026
849517LV00007B/2525

* 9 7 8 9 3 9 3 4 6 8 7 0 3 *